பசித்த தலைமுறை

பசித்த தலைமுறை

தமிழில்: இந்திரன்

Title: Pasiththa Thalaimurai
Author's Name: Indiran

Published by Ezutthu Prachuram

Ezutthu Prachuram
(An imprint of Zero Degree Publishing)
No. 55(7), R Block, 6th Avenue,
Anna Nagar,
Chennai - 600 040

Website: www.zerodegreepublishing.com
E Mail id: zerodegreepublishing@gmail.com
Phone: 89250 61999

Ezutthu Prachuram First Edition: June 2023
ISBN: 978-93-90053-66-7
TITLE NO EP: 437

Layout: Vijayan, Creative Studio

முன்னுரை

"மூன்றாம் உலக நாடுகளின் மரபுகள் அழிக்கப்பட்டன. அவர்களது மொழிக்கு பதிலாக ஆதிக்க நாடுகளின் மொழிகள் கொடுக்கப்பட்டன. பண்பாடுகள் அழிக்கப்பட்டன. பசியும், நோயுமாக இருக்கும் அவர்களிடம் ஏதேனும் சக்தி எஞ்சி இருக்குமென்றால் அதையும் அச்சம் கொன்றுவிடுகிறது."

முதல் உலகத்தின் நேரெதிர் உலகம் மூன்றாம் உலகம். இது முதல் உலகத்தால் வஞ்சிக்கப்பட்டது. முதல் உலகின் ஆதிக்க நாடுகள் மூன்றாம் உலகிற்கு இழைத்த அநீதிகளை ஃப்ரான்ஸ் ஃபேனான் எனும் அறிஞர் குறிப்பிடுகிறார்.

மூன்றாம் உலகமா? அது எங்கே இருக்கிறது. உலக வரைபடத்தில் அதைக் காட்ட முடியுமா?

இந்த வினாக்களுக்கு ஒரே பதில்தான் உண்டு. முடியாது. ஏனெனில் முதல் உலகம், மூன்றாம் உலகம் என்பதெல்லாம் பூகோள ரீதியான பாகுபாடுகள் அல்ல. உதாரணமாக சீனா, ஆப்கானிஸ்தான், பெருகுவே ஆகியன மூன்றாம் உலக நாடுகள். இவற்றிற்கு மிக அருகாமையில் இருக்கும் ஜப்பான், சவூதி அரேபியா, உருகுவே ஆகிய நாடுகள் மூன்றாம் உலக நாடுகள் என்ற பிரிவிற்குள் வருவதில்லை.

இன்று 'மூன்றாம் உலகம்' என்பது 3 வகைகளில் பொருள் தருவதாக இருக்கிறது.

1. புதிய உலகோடு சேராத பழைய உலகம்

2. குறைந்த வாழ்க்கைத் தரம் கொண்ட நாடுகளின் உலகம்

3. மேலை முதலாளித்துவ நாடுகளுக்கு எதிரான கீழைக் கம்யூனிச உலகம்

மூன்றாம் உலகம், முதல் உலகிற்கு எதிரான ஒன்று என்று வைக்கப்படாவிட்டால் அர்த்தமற்றதாகிவிடும். இந்த நூற்றாண்டின் மிகப்பெரிய துர்பாக்கியம், செல்வச் செழிப்புள்ள வடக்கும், ஏழை தெற்குமாகும். இது தற்காலப் பொருளாதார ரீதியான பாகுபாடு ஆகும். இதனால் இன்று கிழக்கு நாடுகள், மேற்கு நாடுகள் என்று பேசுவதைக் காட்டிலும் வடக்கு நாடுகள், தெற்கு நாடுகள் என்று பேசுவது அர்த்தமுள்ளதாக இருக்கிறது. முதல் உலக நாடுகள், மூன்றாம் உலக நாடுகள் என்று பேசுவது பெரிதும் வழக்கிற்கு வந்துவிட்டது.

உலக நாடுகளின் அரசியல் ரீதியான எல்லைக் கோடுகளை எப்படி இயற்கை உருவாக்கவில்லையோ அதேபோன்றுதான் முதல் உலகம், மூன்றாம் உலகம் எனும் பாகுபாட்டையும் இயற்கை உருவாக்கவில்லை.

அப்படியானால் இந்தப் பாகுபாட்டை உருவாக்கியது யார்? மனித குலத்தின் சமூக, பொருளாதார வரலாறுதான் இந்தப் பாகுபாட்டை உருவாக்கியது. 200 ஆண்டுகளுக்கு முன்னர் மூன்றாம் உலகம் என்ற சொல் யாரும் கேட்டறியாத ஒன்று.

முதல் உலகம், மூன்றாம் உலகம் என்று நாம் பேசும்போது, இரண்டாம் உலகம் எங்கே என்று நீங்கள் கேட்க நினைக்கலாம். இந்த வினாவிற்கு கிரிஸ்டோபர் ஃபைல் (Christopher file) எனும் ஆப்பிரிக்க வரலாற்றாசிரியர் சொல்கிறார். "போருக்கு முந்தைய ரயில்வேயில் இரண்டாம் வகுப்பு என்பதே எடுக்கப்பட்டு விட்டது போல, இரண்டாம் உலகம் என்பதே வசதியாக விடப்பட்டுவிட்டது."

மூன்றாம் உலகில் நான்கு பெரும் இனங்கள் உள்ளன. நான்கு பெரும் மதங்கள் உள்ளன. மூன்றாம் உலக நாடுகள் ஒரே மாதிரியான பண்பாட்டைக் கொண்டவை அல்ல. போலியான அரசியல் விடுதலை அடைந்த நாடுகள் அங்கே உள்ளன. தங்களுக்காக, முடியாட்சிக்காகப் போராடிக் கொண்டிருப்பவர்கள் இருக்கிறார்கள். முழுமையான சுதந்திரம் அடைந்த நாடுகளும் கூட வல்லரசுகளின் தொடர்ந்த ஆக்கிரமிப்பிற்கு ஆளாகி உள்ளன.

மூன்றாம் உலக நாடுகள் என்ற சொல்லாட்சி ஐரோப்பிய நாடுகள் அல்லாதவை என்ற பொருளையும் தருவதுண்டு. இவற்றில் பெரும்பாலான நாடுகள் காலனி ஆதிக்கத்தின் கீழ் இருந்தவை / இருப்பவை. குறிப்பாக ஆசியா, ஆப்பிரிக்கா, லத்தீன் அமெரிக்கா ஆகிய கண்டங்கள் காலனி ஆதிக்கத்தின் கீழ் இருந்தவை. அவை அனைத்தும் மேலை உலகத்தால் கட்டுப்படுத்தப்பட்ட உலக வணிகத்தைக் கொண்டவை. இந்நாடுகளில் நிலத்தில் பாடுபட்டு உழைத்தவர்கள் உலக விலைவாசிகளினால் பாதிக்கப்பட்டனர். இதனால்தான் இந்த நாடுகளில் நகரத்துத் தொழிலாளர்களைக் காட்டிலும், கிராமத்து விவசாய மக்களே புதிய விழிப்புணர்ச்சிக்கு முதலில் அணிவகுத்து நிற்கின்றனர். இருந்தும் மூன்றாம் உலக நாடுகளில் ஒற்றுமை இன்னமும் சாதிக்கப்படவில்லை.

முதல் உலகம், தான் பெற்ற புதிய தொழில்துறை வலிமையினால் உலகின் பிற பகுதிகளை வளராமல் தடுத்துவிடும் போக்கு கொண்டதாக இருக்கிறது. செல்வந்த நாடுகள் மூன்றாம் உலக நாடுகளின் உழைப்புச்சக்தி ஆகியவற்றைத் தங்கள் நாடுகளுக்கு உறிஞ்சிக்கொள்ளும் அதே நேரத்தில், மூன்றாம் உலக நாடுகளின் அறிவாற்றல், கலை, பண்பாடு ஆகியவற்றையும் வெளிநாட்டுச் சந்தைப் பொருளாக்கிவிட்டன. முதல் உலக நாடுகளின் தொழில் நுட்பத்திற்குப் பின்னால் பொருளாதாரம் இருக்கிறது. பொருளாதாரத்திற்குப் பின்னால் அரசியல் தளத்தில் இன்று அடங்கிப்போய்விட்டாலும் கூட உளவியல் தளத்தில் மூன்றாம் உலக மனிதன் காலனி ஆதிக்கத்திலிருந்து

விடுதலை அடையவில்லை. முதல் உலகம் மூன்றாம் உலகத்தை ஒரு மறைபுதிர்த்தன்மை கொண்டதாக, மனிதன் அவனை அறியாமலேயே அந்த வர்ணனையை ஏற்றுக் கொண்டுவிட்டான்.

ஹெகல் போன்ற மேலைநாட்டுத் தத்துவ மேதை கூட தனது வரலாறு பற்றிய சொற்பொழிவில் ஓரிடத்தில் சொல்கிறார். "இந்த இடத்தில் நாம் ஆப்பிரிக்காவை மீண்டும் குறிப்பிடாமல் விட்டு விடுவோம். ஏனெனில் ஆப்பிரிக்கா உலக வரலாற்றின் ஒரு பகுதி அல்ல. "*(At this point we leave Africa, not to mention it again. For it is not historical part of the world - Hegel in lecture on world history)* ஹெகல் போன்றவர்களும் கூட மூன்றாம் உலக நாடான ஆப்பிரிக்காவின் வரலாற்றையே மறைக்க முற்படுகிறார்கள். இதனால்தான் மூன்றாம் உலகத்தை முதல் உலகத்திற்கு எதிரிடையாக நாம் வைக்காவிடில் அது அர்த்தமற்றுப்போய்விடுகிறது என்று சொல்கிறோம்.

காலனி ஆதிக்க எதிர்ப்புணர்வு, மேலைநாட்டுத்தனத்திற்கு எதிர்ப்புணர்வு ஆகியவை மூன்றாம் உலக நாடுகளுக்கு என்று ஒரு தனி அடையாளத்தை ஏற்படுத்த முனைகின்றன. இது மூன்றாம் உலக நாடுகளின் கடந்த கால வரலாற்றில் காணக்கிடைக்காத ஒன்றாகும். வரலாற்றின் பக்கங்களைப் புரட்டினால் இவர்கள் சீனர்கள், பர்மியர்கள், இந்தியர்கள் என்று தனித்தனியாகத்தான் போராடி இருக்கிறார்கள்.

மேலும் காலனி ஆதிக்கம் என்பது இன்று அரசியல் அளவில் மாற்றமடைந்து விட்டதில்லை. 'காலனி ஆதிக்க எதிர்ப்புணர்வு என்பதை, புதிய அரசியல், பொருளாதார அமைப்பிற்கான எதிர்ப்புணர்வு' என்று அழைப்பது மேலும் அர்த்தமுள்ளதாகிறது. மூன்றாம் உலக நாடுகள் ஒவ்வொன்றும் தத்தமது பண்பாட்டு அடையாளங்களைக் காப்பாற்ற முயல்வது என்பது மேலைநாட்டுத் தாக்கத்தை எதிர்ப்பது என்பதாகிறது.

தற்கால இலக்கியவாதி பல்வேறு சூழ்நிலைகளால் கெடுக்கப்படுகிறான். பழங்காலம், நிகழ்காலம், உள்நாடு, வெளிநாடு, தனிமனித சுய வெளிப்பாடு, சமூகத்தின் கூட்டுக்

காரணங்கள் அவனை அலைக்கழிக்கின்றன. மாற்றத்துக்கு உள்ளாகும் சமுதாயமும், பூமியியலும், பண்பாட்டு அமைப்பிற்கான பொருளாதாரமும் அவனுக்குப் பின்னால் நின்று அவனது பொம்மலாட்டக் கயிறுகளை அசைக்கின்றன.

இதனால் ஒரு இலக்கியப் படைப்பு என்பது தனித்துவமானதும், தனித்துவமற்றதாகவும் இருக்கிறது. மாறிவரும் உலகத்துடன் சேர்ந்து அதுவும் பல மாற்றங்களுக்கு உள்ளாகிறது. இந்த மாற்றம் தற்கால இலக்கியத்தின் மீது மட்டுமல்லாமல், பழங்கால, இலக்கியம் பற்றிப் புரிந்துகொள்வதிலும் பல மாற்றங்களைக் கொண்டு வருகிறது. இதனை ஆஷிஷ் நந்தி கீழ்க்கண்டவாறு விளக்குகிறார்.

நிகழ் காலத்துடன் உறவு கொண்ட கடந்த காலம்

முறிந்துபோன நிகழ்காலம் இது கடந்த காலத்துடன் போட்டியிடுவது

நிகழ் காலத்தையும் கடந்த காலத்தையும் சீரமைப்பது

புதிய கடந்த காலம்

எனவே கலை மரபு என்பது தற்காலத் தன்மைக்கேற்ப புதிய வடிவமும், புதிய பொருளும் கொள்கிறது. இந்தப் புதிய பொருளை மூன்றாம் உலக நாடுகள் தங்களது பண்பாட்டு, மொழி அடையாளங்களுடன் உண்டாக்க அனுமதிக்காதவாறு, ஆதிக்க சக்திகள் தலையிடுகின்றன. முதல் உலக நாடுகள் தங்களது பொருளாதார, அரசியல் பலத்தைப் பயன்படுத்தி அவற்றின் பண்பாட்டைத் தங்களது தேவைக்கேற்றவாறு வடிவமைத்துக்கொள்கின்றன.

இதற்கு இடம் கொடுக்காத அளவுக்கு மூன்றாம் உலக நாடுகள் தங்களது கலை, இலக்கியம் அனைத்தையும் தங்களது மண்ணிலிருந்தே உருவாக்க வேண்டிய கட்டாயத்தில் இருக்கின்றன. இதற்கு முதற்படியாக இந்தியத் துணைக்கண்டத்தின் தென்கோடியில் இருக்கும் தமிழன் மூன்றாம் உலகத்தில் இன்று தன்னைச் சுற்றி என்ன நடக்கிறது

என்பதை அறிந்து கொள்ள வேண்டிய அவசியம் ஏற்படுகிறது. இந்த அவசியத்தை உணர்ந்ததின் ஒரு வெளிப்பாடுதான் இந்த மொழிபெயர்ப்பு முயற்சி.

இங்கே எழுத்து என்பது விடுதலைக்கான ஒரு ஆயுதமாகவும், புதியதொரு புரிதலை விளக்கும் கருவியாகவும், எதிர்காலத்திற்கென ஒரு குரலைக் காண்பதாகவும் இருக்கிறது. இங்கு மொழிபெயர்க்கப்பட்டுள்ள மேற்பட்ட நாடுகளின் இலக்கியப் படைப்புகள் பல்வேறு பண்பாட்டுப் பின்னணி கொண்ட தனிமனித உள்ளத்தின் ஆழத்தையும், சமுதாய கூட்டு உளவியல் கட்டமைப்பையும் கண்ணாடி போல் காட்டவல்லவை. எழுத்தாளனின் பண்பு, வாழ்க்கைச் சரிதம், உடல் நலம், குடும்பத்தில் அவனது இடம், சமுதாயத்திற்கு அவனது பங்கு ஆகிய அனைத்தையும் இவை பிரதிபலிக்கின்றன.

மூன்றாம் உலக நாடுகளின் இலக்கியம் எண்ணற்ற மொழிகளில் எழுதப்படுகின்றன. ‘மலே’ மொழி மலேசியா, சிங்கப்பூர் நாடுகளிலும், தமிழ் மொழி இந்தியா. இலங்கை போன்ற நாடுகளிலும் புழக்கத்தில் இருப்பது போல ஒரே மொழி பலநாடுகளில் புழக்கத்தில் உள்ளதும் உண்டு. ஆனால் மூன்றாம் உலக நாடுகளின் இணைப்பு மொழி இன்னமும் ஆங்கிலமாகத்தான் இருக்கிறது.

மும்மொழி மட்டும் அறிந்த நான், எனக்குக் கிடைத்த நூல்களிலும், இதழ்களிலும் காணப்பட்ட படைப்புகளைத் தொகுத்து இந்நூலை உருவாக்கி இருக்கிறேன் என்றால், அதற்குக் காரணம் அப்படைப்புகளை அவற்றின் மூலமொழிகளிலிருந்து ஆங்கிலத்திற்கு மொழிபெயர்த்த, பல்வேறு நாடுகளைச் சேர்ந்த என் சக மொழிபெயர்ப்பாளர்தான். அவர்களுக்கு நான் நன்றிக் கடன்பட்டவன். இப்படைப்புகளில் சிலவற்றை அவ்வப்போது வெளியிட்ட இதழ்களான மனஓசை, அரங்கேற்றம், கணையாழி ஆகியவற்றிற்கும் நான் நன்றி சொல்ல வேண்டும்.

மொழிபெயர்ப்பு என்பதை ஒரு துரோகச் செயலாகக் கருதும் அறிவுஜீவி அல்ல நான். ‘தன்னை மொழிபெயர்க்க அனுமதிக்காதது எதுவோ அதுவே சிறந்த படைப்பு என்பதிலும்

எனக்கு உடன்பாடில்லை. இந்நூலிலுள்ள மூன்றாம் உலக எழுத்துகள் அனைத்தும் மனித நேயம் மிக்கவை. அதனால்தான் இவை தங்களது உள் உலகங்களைச் சகமனிதனான தமிழனுடன் பகிர்ந்து கொள்ளத் தயாராக உள்ளன.

இதுவரை அந்நியர்கள் என்று அறியப்பட்டவர்களைச் சகோதரர்களாக்கும் ஒரு சிறு முயற்சி இது.

- இந்திரன்
8/17, கார்ப்பரேஷன் காலனி,
ஆற்காடு சாலை, கோடம்பாக்கம்,
சென்னை - 600 024.

பொருளடக்கம்

யூச்சி ஹ்வான் / கொரியா

மலர்கள்

மழைக்காலம் வந்தது
சிறுவர்கள் எங்கிருந்தோ
மலர் விதைகளைக் கொண்டு வந்தார்கள்
அவற்றை எண்ணினார்கள்
ஒவ்வொன்றாக அடுக்கினார்கள்
காசித்தும்பை, கோழிக்கொண்டை, அழகுசெடி, காலை அழகு
வீட்டுவேலை முடிந்த பிறகு
அவர்கள் தூங்கத் தயாரான போது
படுக்கையில் கூட விதைகளைப் பற்றிப் பேசினார்கள்.
இவற்றைப் பயிர் செய்ய
நமக்கென்று ஒரு தோட்டம் இருந்தால்...
இதற்கிடையில் இரவு ஆழமாகிவிட்டது
அவர்களின் தாய்
வைக்கோல் பாயினால் அவர்களை மூடியபோது
களைத்துப் போன இந்த ஏழை மலர்கள்
ஆழ்ந்துறங்கிவிட்டனர்.
ஒவ்வொருவரும் ஒரு அற்புதமான
பூந்தோட்ட நிலத்தைக் கட்டி அணைத்தபடி

★

ட்செங்-கோ-ச்சியா / சீனம்

வியர்வை

அந்தக் கசப்பான கண்ணீர்
உப்பு கரிக்கும் அந்த வியர்வை
அவை
உனது குழந்தைகளுக்கான
முத்துக்களமாக மாறும் என்று
எப்போதும் கனவு காணாதே.
துர்நாற்றம் வீசும் வியர்வை
நிலத்தின் மீது விழட்டும்
அது
உயிர் கொடுக்கும் தானியங்களாக மாறட்டும்
கண்ணீர்
சோற்றுப் பாத்திரங்களுக்குள் விழட்டும்
பிறகு நீ அவற்றை
சோகத்துடன் அருந்துவாய்
அவை
உனது சோற்றுக்கு வாசனை கொடுக்கும்

★

லூ யுவன் / சீனம்

புன்னகை

நன்றி
கள்ளமாக
ஒரு மெலிதான புன்னகையை
பிப்ரவரி மாதத்து சூரிய வெளிச்சம்
உறைந்த மேகங்களை ஊடுருவிச் சென்று
காலில் மிதிபட்ட கோதுமை நாற்றை
மெதுவாக வருடிவிடுவது போன்ற
VV மெலிதான புன்னகையை
என் மீது வீசியதற்காக நன்றி.

உறைபனியும், பனித்துகள்களும் தரும்
தொல்லைகளை எதிர்த்து நிற்கும் கோதுமை நாற்று
சூரிய ஒளியின் ஒரு வெள்ளிக் கற்றையைத்
தாங்க முடியாது
அடிக்கும் காற்றில் வெட வெடப்பது போல்
நான்.

வன்மையான வசவுகளைப் பற்றிக்
கவலைப்படாவிட்டாலும்
இந்த மெலிதான புன்னகை
என்னை நிலைகுலைய வைக்கிறது.

இன்னமும் குளிர் இருக்கிறது.
வாழ்க்கை இன்னமும் குளிர் பிடித்துக் கொண்டிருக்கிறது.
ஆனால் நான் விழித்துக் கொண்டேன்
மிக முன்னதாகவே விழித்துக் கொண்டேன்.

வசந்தத்தினால் அல்ல
வசந்தம் வருமென்ற ஆவலினால்...

வோல்லே சொயின்கா / நைஜீரியா

பிரேதப் பரிசோதனை

குளிர்சாதனப் பெட்டிக்கு
பீர் பாட்டில்களைப் பத்திரப்படுத்துவதைக் காட்டிலும்
அதிகமான வேலைகள் உள்ளன.
சவக்கிடங்குகளின் குளிர்ந்த சவப்பெட்டிகள்
தங்கள் சரக்கை சமர்ப்பிக்கின்றன.

கட்டு போடப்பட்டு
பெருமையும் கூட சாவின்
குளிர்ந்த கரங்களுக்குள்...

அவன் வாயில் பஞ்சடைத்திருந்தது.
ஆணுறுப்பு
பூமிக்கு அடியிலுள்ள உணவுப் பொருள் போலச்
சுருங்கிப் போயிருந்தது.

அவன் தலை
காலி செய்யப்பட்டு

மூளை எடை இயந்திரத்தில்.
இது செத்த பிறகான தீர்க்க தரிசனத்தை
நிரூபிக்கும் ஒரு தந்திரமா?
அவனது நாவை
எது ஓய்ந்து போகச் செய்தது என்பதற்கான
வாக்கு மூலத்தை உடம்பு கொடுத்தது.

கையுறை அணிந்த விரல்கள்
எப்படியெல்லாம் சாகக்கூடாது என்பதை
அவனிடமிருந்து கற்றுக் கொள்ள ஆராய்ந்தன.

நாம்
சாம்பல் நிறமான அனைத்தையும் நேசிப்போம்.
சாம்பல் நிற மேடை, சாம்பல் நிறக் கத்தி
சாம்பல் நிறமான ஒரு தூக்கம், வடிவம்
சாம்பல் நிறக் காட்சிகள்

லூயிஸ் வாலு ஜட்டி ஹட் மொஹர்சோலோ / ஜாவா

பிரிவு

இருவருமாக
நாம் மலர்களைத் தொடுத்தோம்
மிருதுவான, நறுமணம் கொண்ட பூச்செண்டை.

வானத்திலிருந்து அந்த சிவப்புப் பந்து
கீழே விழுகிறபோது
மகிழ்ச்சியோடு வீடு திரும்பினோம்

பக்கத்துச் சாலையில் பிரிந்தோம்.
பூச்செண்டு கரங்களில் நடுங்கியது.
விழுந்தது
இரண்டாக உடைந்தது.

நான் ஒரு பகுதி.
நீ ஒரு பகுதி.

கையில் உறுதியாகப் பற்றிக்கொண்டு
நீ போய் விட்டாய்...

கருக்கலில் நான் தனியாக நடக்கிறேன்.
நீ
நறுமணத்தை எனக்கு அனுப்பும் மலரை
எடுத்துக்கொண்டு போய்விட்டாய்.

★

பாப்லோ நெரூடா / சிலி

கவிதையின் வருகை

இந்த வயதில்...
வந்து சேர்ந்தது கவிதை
என்னைத் தேடிக் கொண்டு.

எனக்குத் தெரியாது
அது எங்கிருந்து வருகிறது என்று.
குளிர்காலத்திலிருந்தா அல்லது
ஒரு நதியிலிருந்தா?
எப்போது என்றோ, எப்படி என்றோ
எனக்குத் தெரியாது.

இல்லை,
அவை குரல்கள் அல்ல.
அவை வார்த்தைகளோ, மௌனமோ அல்ல.
ஆனால் ஒரு தெருவிலிருந்து
அதிகார தொனியில் நான் அழைக்கப்பட்டேன்.

இருளின் கிளைகளிலிருந்து
திடுமென மற்றவர்களிடமிருந்து
வன்முறை கொண்ட நெருப்பின் நடுவிலிருந்து
அல்லது தனியே திரும்பிக் கொண்டிருக்கும் போது
நான் அதட்டி அழைக்கப்பட்டேன்.

அங்கே நான் முகமற்றிருந்தேன்
அது என்னைத் தொட்டது.

நான் என்ன சொல்வதென்றே தெரியவில்லை.
பெயர்களைச் சொல்ல வாயால் முடியவில்லை.
எனது கண்கள் குருடாயிருந்தன.
ஏதோ ஒன்று ஆன்மாவுக்குள் தொடங்கியது
காய்ச்சலா? அல்லது மறைக்கப்பட்ட சிறகுகளா?

அந்த நெருப்பை
ரகசிய மொழியில் புரிந்து கொண்டு
எனக்கேயான சொந்த மொழியில்
பலகீனமான அந்த முதல் வரியை
நான் எழுதினேன்.

மங்கலான
உள்ளே ஒன்றுமில்லாத
சுத்த மடத்தனமான
ஒன்றையுமே அறிந்திராத ஒருவனுடைய
சுத்தமான மெய்யறிவான
அந்த முதல் வரியை நான் எழுதினேன்.

திடீரென நான் கண்டேன்.

வானம் கட்டவிழ்த்து விடப்பட்டது.
கிரகங்கள் திறந்தன
மூச்சிரைக்கும் சாகுபடித் தோட்டங்கள்
அம்பு, நெருப்பு, மலர்கள் ஆகியவற்றுடன்
புதிர்கள் நிரம்பிய
துளையிடப்பட்ட நிழல்.

சுழலும் இரவு, பிரபஞ்சம், மேலும்
நான் எனும் சிறிய உயிர்.

நட்சத்திர வெளிச்சம் கொண்ட
மாபெரும் வெறுமையைக் குடித்தவனாக
அதைப் போலவே

மறைபுதிரின் மறு உருவமாக
ஆழம் காணமுடியாத அந்தப் பள்ளத்தாக்கின்
வெறும் பழமையாக என்னை உணர்ந்தேன்.

நட்சத்திரங்களுடன் சக்கரம் கட்டிச் சுழன்றேன்
எனது இதயம்
காற்றில் உடைந்து தளர்ந்தது.

★

காபிரியல் கார்சியா மார்குவிஸ் / ஸ்பெயின்

மூழ்கிப்போன மனிதன்

கடலில் வந்து கொண்டிருந்த, இருண்ட, தயங்கிய, துருத்தியை முதலில் பார்த்த சிறுவர்கள், அதனை ஒரு பகைக் கப்பல் என்று தங்களுக்குள்ளாகவே நினைத்துக்கொண்டார்கள். பிறகு, அதற்குக் கொடிகளோ, பாய்மரங்களோ இல்லை எனக் கண்டனர். அது ஒரு திமிங்கிலம் என்று நினைத்தனர். ஆனால் அது கடற்கரை அடித்து வரப்பட்டபோது, அவர்கள் அதன் மீதிருந்த கடற்பாசி புதர்கள், ஜெல்லி மீன் உறுப்புகள், மீன்களின், கப்பல் மரத்துண்டுகளின் பகுதிகளையும் விலக்கி எடுத்தார்கள். அப்போதுதான் அது ஒரு மூழ்கிப்போன மனிதன் என்பதை அவர்களால் பார்க்க முடிந்தது.

அந்தப் பகல் முழுவதும் அதனை மணலில் புதைப்பதும், மீண்டும் தோண்டி எடுப்பதுமாக விளையாடிக்கொண்டிருந்தனர். அப்போது யாரோ ஒருவன் அவர்களைப் பார்க்க நேரிடவே, அவன் ஊர் முழுவதும் பயத்தைப் பரப்பினான். இறந்த மனிதனை அருகிலிருந்த வீட்டிற்குத் தூக்கிக் கொண்டு சென்றவர்கள், அவன் பெரும்பாலும் ஒரு குதிரை அளவுக்கு எடையுடனும், அவர்கள் பார்த்திருந்த வேறு எந்தச் செத்த மனிதனைக் காட்டிலும் அதிக கனமாகவும் இருப்பதைக்

கவனித்தனர். ஒரு வேளை அவன் நீண்ட நேரம், கடலில் மிதந்துகொண்டிருந்ததினால், கடல் நீர் அவன் எலும்புக்குள் புகுந்துவிட்டு இருக்கலாம் என்று தங்களுக்குள் சொல்லிக் கொண்டனர். தரையில் படுக்கவைத்தபோது அந்த அறையில் அவனைக் கிடத்துவதற்கு மட்டுமே இடம் சரியாக இருந்ததினால், மற்ற அனைவரைக் காட்டிலும் அதிக உயரமானவன் அவன் என்று அவர்கள் சொன்னார்கள். செத்துப்போன பிறகு உணர்வது என்பது மூழ்கிப்போன சில மனிதர்களின் இயல்பாக இருக்கலாம் என்று நினைத்துக் கொண்டனர். கடலின் வாசனை அவன்மீது வீசியது. களிமண் அவன் தோலை ஓடாக மூடி இருந்த காரணத்தினால், அவனது வடிவ அமைப்பு ஒன்றுதான் அதை ஒரு மனித சடலம் என்று நினைக்க வைத்தது.

அந்த இறந்த மனிதன் ஒரு அந்நியன் என்பதைத் தெரிந்து கொள்வதற்காக அவனது முகத்தை அவர்கள் சுத்தம் செய்ய வேண்டியிருக்கவில்லை. கிராமத்தில் கற்களாலான மலர்களற்ற தாழ்வாரங்களைக் கொண்ட இருபது அசிங்கமான மரவீடுகள்தான் உள்ளன. பாலைவனம் போலிருந்த முனையின் முடிவில் அவை பரவி இருந்தன. எங்கே காற்று தங்கள் குழந்தைகளைக் கொண்டு போய்விடுமோ என்று அஞ்சுகிற அளவுக்கு மிகக் குறைவான நிலப்பகுதிதான் அங்கே இருந்தது. ஆண்டுகள் கழியக் கழிய அவர்களுக்குள் செத்துப் போனவர்களைப் பாறை முனையிலிருந்து தூக்கி எறிந்து இருக்கிறார்கள். கடல் அமைதியாகவும் செழிப்பானதாகவும் இருந்தது. அங்கிருந்தவர்கள் வெறும் ஏழு படகுகளில் அடங்கி விடக்கூடிய அளவு இருந்தார்கள். எனவே அந்த மூழ்கிப்போன மனிதனை அவர்கள் பார்த்தபோது, அவர்களில் எல்லோருமே அங்கு இருக்கிறார்களோ என்று பார்த்துக் கொள்வதற்கு, அவர்களில் ஒருவருக்கொருவரைப் பார்த்துக் கொண்டாலே போதுமானதாகும்.

அன்று இரவு அவர்கள் கடலில் வேலைக்குச் செல்லவில்லை. பக்கத்து கிராமத்தில் யாரேனும் தொலைந்து போயிருக்கிறார்களோ என்று பார்ப்பதற்காக ஆண்கள் சென்றிருந்தபோது, பெண்கள்

மூழ்கிய மனிதனைப் பார்த்துக் கொள்வதற்காகத் தங்கிவிட்டனர். அவர்கள் புல் தூரிகைகளால் மண்ணை விலக்கினார்கள். அவனது தலைமுடியில் மாட்டிக் கொண்டிருந்த நீருக்குள் காணப்படும் கற்களை எடுத்தார்கள். மீனை சுத்தம் செய்யும் கருவிகளால் அவன் உடம்பிலிருந்த துகள்களைச் சுரண்டினார்கள். அவர்கள் இப்படிச் செய்கிறபோது, அவன் மீது இருந்த செடிகொடிகள் தொலைதூரக் கடல்களிலிருந்தும் ஆழமான நீரிலிருந்தும் வருவதையும் அவன் ஏதோ பவள வரிசைகளில் நீந்தி வந்தது போல ஆடைகள் கிழிந்து இருப்பதையும் கவனித்தனர். அவன் தனது சாவைப் பெருமையுடன் சுமந்து இருப்பதாக உணர்ந்தார்கள். ஏனெனில் கடலில் மூழ்கிய மற்றவர்களின் முகத்தில் இருக்கும் தனிமையான ஒரு தோற்றத்தையோ அல்லது நதிகளில் மூழ்கியவர்களுக்கு இருக்கும் சோகமான, ஏழ்மையான தோற்றத்தையோ கொண்டிருக்கவில்லை அவன். அவனை சுத்தம் செய்வதை முடித்த பிறகுதான் அவன் என்ன மாதிரியான மனிதன் என்பதைப் பற்றி அவர்கள் தெரிந்துகொண்டனர். இது அவர்களுக்கு மூச்சடைக்கச் செய்தது. அவன் அவர்கள் பார்த்தவர்களிலேயே உயரமான, பலமான, ஆண்மையான, கட்டுடல் கொண்டவனாக மட்டும் இருக்கவில்லை. அவனை அவர்கள் பார்த்துக்கொண்டே இருந்த போதிலும் அவர்களின் கற்பனையில் அவனுக்கு இடம் போதவேயில்லை.

அவனைக் கிடத்துவதற்குப் போதுமான அறைக்குப் பெரிய கட்டிலையோ, புதைப்பதற்கு முன் வைப்பதற்குத் தேவையான அறை பலமான மேசையையோ அவர்களால் கண்டுபிடிக்க முடியவில்லை. அவர்களிலேயே மிக உயரமான மனிதனின் விடுமுறைக் கால காற்சட்டை அவனுக்குப் போதவில்லை. அவர்களிலேயே மிகப் பருமனான மனிதனின் சட்டையோ, அவர்களிலேயே மிகப் பெரிய கால் கொண்டவனின் செருப்போ அவனுக்குப் பொருந்தவில்லை. அவனது பெரிய பாய்மரத்துண்டிலிருந்து காற்சட்டையும், திருமணவினன் துணியிலிருந்து சட்டையும் தைத்து அவனது இறுதிப் பயணத்தை மரியாதையுடன் தொடர வைக்க முடிவு செய்தனர். பிணத்தைச் சுற்றி அமர்ந்து கொண்டு அவர்கள் தைத்துக்

கொண்டும் தையலுக்கு இடையில் தெரிந்த பிணத்தைப் பார்த்துக் கொண்டும் இருந்தபோது காற்று அந்த அளவுக்கு எப்போதுமே நிலையாகவே இருந்ததில்லை என்றும் கடல் அந்த இரவு போல அவ்வளவு நிம்மதியற்று இருந்ததில்லை என்றும் அவர்களுக்குத் தோன்றியது. இந்த மாற்றங்கள் அந்தச் செத்துப்போன மனிதனுடன் தொடர்புகொண்டவை என்று அவர்கள் அனுமானித்தனர். அந்த வியத்தகு மனிதன் அந்தக் கிராமத்தில் வாழ்ந்து இருந்தால், அவனது வீட்டில் மிகப் பெரிய கதவும், உயரமான கூரையும், வலிமையான தரையும் இருந்திருக்கும் என்று அவர்கள் நினைத்தனர். அவனது படுக்கை கப்பலின் நடு மரச்சட்டத்தினால் செய்யப்பட்டு, இரும்பு ஆணிகள் போடப்பட்டு இருக்கும் என்றும், அவனது மனைவி மிக மகிழ்ச்சியானவளாக இருந்திருப்பாள் என்றும் கருதினார்கள். அவன் கடலிலிருந்து மீன்களை அவற்றின் பெயர் சொல்லி அழைத்தவுடனேயே பெற்றுவிடக் கூடிய அதிகாரம் பெற்றவனாக இருந்திருப்பான் என்று நினைத்தார்கள். அவனது நிலத்தில் வசந்தம் பாறைகளிலிருந்து எகிறிக் குதித்து வரும் அளவுக்கு அவன் உழைத்திருப்பான் என்றும், பாறை முனைகளில் மலர்களைப் பயிர்செய்யும் வல்லமை பெற்றிருப்பான் என்றும் நினைத்தார்கள். அவர்கள் அவனை ரகசியமாகத் தங்களது சொந்தக் கணவன்மார்களுடன் ஒப்பிட்டுப் பார்த்து, அவன் ஒரு இரவில் என்ன செய்ய முடியுமோ அதை அவர்களால் வாழ்நாள் முழுவதும் செய்ய முடியாது என்று நினைத்துப்பார்த்துக்கொண்டனர். பூமியின் மேல் இருப்பதிலேயே பலகீனமான, அற்பமான, மிகப் பயனற்ற பிராணிகள் தாங்கள் என்று தங்களைக் கழித்துக் கட்டிக் கொள்ளும் நிலையை முடிவாக அடைந்தனர். அவர்கள் கால் கொள்ளாக் கற்பனைக் கூட்டத்தில் உலவிக் கொண்டிருந்தபோது, அவர்களிலேயே அதிக வயதாகி இருந்த கிழவி அவனைக் காதலைக் காட்டிலும் அதிக அன்போடு கவனித்துப் பெருமூச்சுவிட்டாள். “எஸ்டட பென் என்பவனின் முகம் இருக்கிறது இவனுக்கு.” அது உண்மையாகத்தான் இருந்தது. பெரும்பாலானவர்கள் அவனை மீண்டும் ஒரு

முறை உற்றுநோக்கிவிட்டு அவன் இதுதவிர வேறெந்தப் பெயரையும் கொண்டிருக்க முடியாது என்பதை உணர்ந்தார்கள். அவர்களிலேயே மிகவும் பிடிவாதமாகவும் மிக இளமையாகவும் இருந்தவர்கள், துணிகளை அவனுக்கு அணிவித்து தைத்த தோல் செருப்புடன் பூக்களின் மத்தியில் போடப்படும் போது, அவன் பெயர் வாடெரோ என்பதாக இருக்கலாம் எனும் மாயையில் இன்னும் சில மணி நேரங்கள் வாழ்ந்தார்கள். ஆனால் அது ஒரு வீணான மாயை. அங்கே போதுமான கித்தான் துணி இல்லை. மோசமாக வெட்டப்பட்டு தைக்கப்பட்டிருந்த காற்சட்டை மிகவும் நெருக்கமாக இருந்தது. அவனது இதயத்துக்குள் மறைந்திருந்த வலிமை சட்டைப் பொத்தான்களைத் திறந்தது. நள்ளிரவுக்குப் பிறகு காற்றின் ஊளை அடங்கியது. கடல் புதன்கிழமைக்கான தூக்கக் கலக்கத்தில் வீழ்ந்தது. அமைதி எந்தக் கடைசி நேர ஐயத்துக்கும் முடிவுகட்டியது. அவன் எஸ்ட பென் தான். அவனைத் தரையில் இழுத்துச் செல்ல முனைந்த போது, அவனுக்கு உடை உடுத்தியவர்களும் தலை வாரியவர்களும், நகம் வெட்டியவர்களும், சவரம் செய்தவர்களுமான பெண்கள் இரக்கத்தினால் நடுங்குவதைத் தவிர்க்க முடியவில்லை. அப்போதுதான் அவர்களுக்குப் புரிந்தது, அவன் அவ்வளவு பெரிய உடம்பை வைத்துக் கொண்டு எவ்வளவு துயரப்பட்டிருப்பான் என்று. ஏனெனில் அவனது உடம்பு அவனது சாவுக்குப் பிறகும்கூட அவனைத் துன்புறுத்தியது. அவர்களால் அவனது வாழ்க்கையைப் பார்க்க முடிந்தது. கதவுகளில் ஒரு பக்கமாக சாய்ந்து நுழையும்போது தலையைக் குறுக்குச் சட்டங்களில் காயப்படுத்திக் கொண்டு செல்வதை அவர்களால் பார்க்க முடிந்தது. மற்றவர்களின் வீடுகளுக்கு அவன் செல்கிறபோது அந்த வீட்டின் பெண்மணி அவனைத் தாங்கக் கூடிய நாற்காலியைத் தேர்ந்தெடுத்துக் கொடுத்தாலும் அதில் அவன் தனது வெளிர் சிவப்பான பெரிய கைகளை வைத்துக் கொண்டு உட்கார்வது தெரியாமல் நின்றுகொண்டு இருப்பதையும் அந்தப் பெண் சாவைப் போல பயந்து “எஸ்டபென், தயவுசெய்து உட்காருங்கள்” என்று சொல்வதையும் ஒவ்வொரு முறை அவன் உட்காராமல்

சுவரில் சாய்ந்து கொண்டு புன்னகைத்து "கவலைப்படாதீர்கள். நான் வசதியாகவே இருக்கிறேன்" என்று சொல்வதையும் ஒவ்வொரு முறை வருகை தருகிறபோதும் அதையே பலமுறை திரும்பத் திரும்பத் செய்ததினால் பாதங்கள் சொரசொரப்பாகி வெந்து போய் நிற்பதையும் கண்டார்கள். நாற்காலியை உடைத்துவிடும் சங்கடத்தைத் தவிர்ப்பதற்காக, "இல்லை பெண்ணே, நான் வசதியாக இருக்கிறேன்" என்று சொல்லி அதைச் சொன்னவர்கள், "எஸ்டபென், காபி சாப்பிட்டு விட்டுச் செல்லுங்கள்" என்று சொல்கிறவர்களுக்காக காபி தயாராகிறவரையிலாவது காத்திருந்துவிட்டுச் சென்ற பிறகு, "அழகான முட்டாள் போய்விட்டது. எவ்வளவு நன்றாக இருக்கிறது" என்று முணுமுணுப்பார்கள் என்பது தெரிந்து கொள்ளாமல் இருப்பதை அவர்கள் கண்டார்கள். விடிவதற்கு சிறிது நேரம் இருக்கும்போது இதைத்தான் அந்தப் பெண்மணிகள் நினைத்துக் கொண்டிருந்தனர். பிறகு வெளிச்சம் அவனைத் தொல்லைப்படுத்தாமல் இருப்பதற்காக ஒரு கைக்குட்டையை அவன் முகத்தில் போட்டு மூடியபோது, அவன் ஒரேயடியாக செத்துப்போனதாகத் தெரிந்தான். அவர்களின் ஆண்களைப் போல பாதுகாப்பற்றுப் போனதாகத் தெரிந்தான். அவர்களின் இதயங்களில் முதல் கண்ணீர் மடை திறந்தது. இருந்தவர்களில் இளையவர்கள் அழுகையைத் தொடங்கினார்கள். மற்றவர்கள், பெருமூச்சிலிருந்து தேம்பலுக்கு வந்து அதிகமாகத் தேம்பத் தேம்ப, அதிகமாக அழவேண்டும் போல உணர்ந்தார்கள். ஏனெனில் அந்தச் செத்துப் போன மனிதன் பெரும்பாலும் எஸ்ட பென்னாகவே மாறிக்கொண்டு வருகிறான். அவன் இந்த உலகிலேயே மிகவும் கைவிடப்பட்டவன். மிகவும் அமைதியானவன். மிகவும் உதவி செய்பவன். அவர்களில் ஒரு பெண்மணி, அதிக அக்கறையினால் செத்துப்போன மனிதனின் முகத்திலிருந்து கைக்குட்டையை எடுத்தாள். அந்த மனிதன் மூச்சுகூட இல்லாமல் கிடந்தான்.

அது எஸ்ட பென்தான். அவர்கள் அவனைக் கண்டு பிடிப்பதற்கு, அந்தப் பெயரை மீண்டும் திருப்பிச் சொல்ல வேண்டியது இல்லை. இந்த உலகில் ஒரே ஒரு எஸ்ட பென்தான் இருக்க

முடியும். அவன் அங்கே செருப்பு ஏதுமின்றி, சிறிதாகிப்போன ஒரு குழந்தையின் சட்டையை அணிந்துகொண்டு, கத்தியால் வெட்டப்பட வேண்டிய கற்பாறை போன்ற நகங்களுடன் ஒரு திமிங்கிலத்தைப் போல நீட்டிக் கிடக்கிறான். அவன் வெட்கப்பட்டிருக்கிறான் என்பதை அறிவதற்கு அவர்கள் செய்யவேண்டியது எல்லாம் அவன் முகத்திலிருந்து அந்தக் கைக்குட்டையை எடுத்துவிட வேண்டியதுதான். அவன் அவ்வளவு பெரிதாகவும், அவ்வளவு கனமாகவும், அவ்வளவு அழகாகவும் இருந்தது அவனது பிழை அல்ல. அவனுக்கு இப்படி நடக்கப்போகிறது என்று தெரிந்திருந்தால், மூழ்குவதற்கு வேறொரு தனிமையான இடம் பார்த்து இருப்பான். இந்த புதன்கிழமை பிரேதம் யாரையும் நிலைகுலையச் செய்யாமல் இருப்பதற்காக உண்மையில் நானே ஒரு பெரிய போர்க்கப்பலின் நங்கூரத்தை எனது கழுத்தைச் சுற்றிக் கட்டிக்கொண்டு ஒரு கல்முனையிலிருந்து குதித்து இருப்பேன். இந்த அற்பமான குளிர்ந்த மாமிசம், என்னை எதுவும் செய்யப்போவதில்லை என்றாலும் கூட அது யாரையும் கவலைப்பட வைக்காமலிருக்க வேண்டும் என்பதற்காக இப்படிச் செய்திருப்பேன். அவனது முறையில் அதிகமாக உண்மை இருந்தது. எங்கே தங்களது பெண்கள் தங்களைப் பற்றிய கனவுகண்டு தொடங்கிவிடுவார்களோ என்று அஞ்சுகிற, முடிவில்லாத இரவின் கசப்பை உணர்கிற நம்பிக்கையில்லாத மனிதர்களும் அவர்களைவிட கடினமானவர்களும் கூட எஸ்டபென்னின் உண்மையைக் கண்டு தங்கள் எலும்புகளுக்குள்ளும் வெடவெடத்தார்கள்.

இப்படித்தான் கைவிடப்பட்ட ஒரு மனிதனுக்குத் தங்களால் நினைக்க முடிந்த அளவுக்கு மிகச் சிறந்த ஓர் ஈமக்கிரியையைச் செய்ய அவர்கள் முன்வந்தனர். மலர்களைக் கொண்டு வருவதற்காக பக்கத்துக் கிராமங்களுக்குச் சென்ற பெண்கள் இதை நம்பாத மேலும் பல பெண்களுடன் திரும்பினர். அவர்கள் இறந்த மனிதனைப் பார்த்த போது மேலும் மலர்களைக் கொண்டு வர திரும்பிச் சென்றார்கள். நடக்கவே இடம் இல்லாத அளவுக்கு மலர்களும், மனிதர்களும் நிறைந்து போகும்

வகையில் அவர்கள் மேலும் மேலும் மலர்களைக் கொண்டு வந்துகொண்டே இருந்தனர். இந்த நிலையில் அவனை ஒரு அநாதையாக நீருக்குத் திருப்பித்தர அவர்களுக்கு வேதனையாக இருந்தது. அவர்களிலேயே மிகச் சிறந்த மனிதர்களில் அவனுக்கு அப்பா, அம்மா, மாமா, மாமி, மைத்துனர்கள் என்று தேர்ந்தெடுத்தார்கள். இதனால் அந்த மனிதனை வைத்து மொத்த கிராமமுமே உறவுக்காரர்களாகிவிட்டார்கள். சில கடலோடிகள் அழுகை ஒலியைத் தொலைவிலிருந்து கேட்டதினால் போய்விட்டார்கள் என்றாலும், பாய்மரத்தின் மீது ஏறிக்கொண்டு சங்கூதுவது பற்றிய நீதிக்கதைகளை நினைவு கூர்ந்தவர்களைச் செவிமடுத்தனர்.

மலை உச்சிக்கு அவனைச் சுமந்து செல்வதில் தங்களுக்குள் போட்டியிட்ட ஆண்களும், பெண்களும் அப்போதுதான் முதல் முறையாக, தங்கள் தெருக்கள் வெறிச்சோடி இருப்பதையும், முற்றங்களின் வறட்சியையும், கனவுகள் குறுகல்களையும் அந்த மூழ்கிய மனிதனின் அற்புதத்தையும் அழகையும் சந்தித்தபோது உணர்ந்தார்கள். அவன் எப்போதெல்லாம் விரும்புகிறானோ, அப்போதெல்லாம் வரவேண்டும் என்ற காரணத்தினால் அவன் உடம்பில் நங்கூரம் எதையும் கட்டவில்லை. அந்த உடம்பு ஆழமான பள்ளத்தில் வீழ்ந்தபோது அவர்கள் ஒரு நூற்றாண்டின் ஒரு சிறு பகுதியில் மூச்சைப் பிடித்து நின்றார்கள். அவர்கள் எல்லோரும் இருக்கிறார்களோ என்று பார்த்துக்கொள்வதற்காக அவர்கள் இனியும் ஒருவரை ஒருவர் பார்த்துக்கொள்ளவேண்டிய தேவையில்லை. அவர்கள் இல்லாமல் இருக்கப்போவதில்லை. ஆனால் அப்போதிருந்து எல்லாமே வேறுவிதமாக இருக்கப் போகிறது என்று அவர்களுக்குத் தெரியும். எஸ்பென்னின் நினைவுத் தூண்களில் இடித்துக்கொள்ளாமல் எங்கு வேண்டுமானாலும் செல்வதற்காக அவர்களின் வீடுகள் பெரிய வாசல்களையும் உயரமான கூரைகளையும், வலிமையான கதவுகளையும் கொண்டிருக்கும். எனவே இந்தப் பெரிய அழகானவன் ஒரு வழியாகச் செத்துப்போய்விட்டான் என்று யாரும் முணுமுணுக்க வேண்டியிராது. ஏனெனில் அவர்கள் எஸ்டபென்னின்

நினைவு அமரத்துவம் அடைவதற்காக, கதவுகளுக்கு அழகிய வண்ணம் பூசப் போகிறார்கள். பாறைகளுக்குப் பக்கத்தில் நீர் ஊற்றுகள் தோண்டுவதற்காக முதுகை உடைத்துக் கொள்கிறார்கள். மலை உச்சியில் மலர்ச் செடிகளைப் பயிரிடப்போகிறார்கள். ஏனெனில் வருங்காலத்தின் விடியலில் கப்பலில் செல்லும் பயணிகள் கடலின் மீது மலர்களின் நறுமணத்தின் புழுக்கத்தில் கண்விழிப்பார்கள். கப்பலின் தலைவன் தனது துருவநட்சத்திரமும், போர்ப்பதக்கங்களும் தொங்கும் சீருடையில் இறங்கி வந்து கடலில் நீண்டிருக்கும் மலை உச்சியின் ரோஜாக்கள் அடிவானத்தில் தெரிவதைச் சுட்டிக்காட்டி, பதினான்கு மொழிகளில் சொல்லுவார். “அங்கே பாருங்கள், காற்று இப்போது மிக அமைதியாக இருக்கிறது. அது படுக்கைகளுக்குக் கீழே தூங்கச் சென்று விட்டது. அதற்கு மேலே சூரியன் மிக வெளிச்சமாக இருக்கிறான். சூரியகாந்திப் பூக்கள் எந்தப் பக்கம் திரும்புவது என்று தெரியாமல் திகைக்கும். ஆமாம், அங்கே அந்த எஸ்டபென்னின் கிராமத்தில்.”

கிஷ்வார் நஹீத் / பாகிஸ்தான்

அந்தப் பெண் நானல்ல

உங்களுக்குக் காலுறைகளையும்
காலணிகளையும் விற்கிற அந்தப் பெண்
நானல்ல.

என்னை நினைவில் கொள்ளுங்கள்
கற்சுவர்களால்
என் குரலை நீங்கள் மறைக்க முடியாது
என்பதை அறியாததினால்
நீங்கள் மட்டும் நாற்றைப்போல் உலவிய போது
கற்சுவர்களுக்குள் மறைத்து வைக்கப்பட்டவள்
நான்.

இருட்டில் வெளிச்சத்தை மறைக்க முடியாது
என்பதை அறியாததினால்
மரபுச் சுமைகளால் நசுக்கப்பட்டவள் நான்.

என்னை நினைவில் கொள்ளுங்கள்
சங்கிலிகளால் நறுமணத்தைக்
கட்டிப் போடமுடியாதென்று அறியாததினால்
மலர்களைப் பார்த்துக்கொண்டு
முட்களையும், தீக்கங்குகளையும்
மடியில் கொட்டப்பட்ட பெண்
நான்.

மூழ்குகிற போது என்னால்
நீர் மேல் நடக்க முடியுமென்று அறியாததினால்
எனது கற்பின் பெயரால்
வாங்கி விற்கப்பட்ட பெண்
நான்.

அடிமை மூளைகளால் ஆன நாடு
விடுதலையுடன் இருக்க முடியாது என்று அறியாததினால்
ஒரு சுமையைக் குறைப்பதற்காக
திருமணம் செய்து அனுப்பப்பட்ட பெண்
நான்.

எனது கற்பை
எனது தாய்மையை
எனது கீழ்ப்படிதலை
வைத்து வாணிபம் செய்யப்பட்ட
ஒரு பண்டம்
நான்.

சுதந்திரமாக மலர்வதற்கான
நேரம் இது.

அந்தச் சுவரொட்டியில்
அரை நிர்வாணமாகக் காட்சி அளித்து
காலுறைகளையும்
காலணிகளையும் விற்றுக் கொண்டிருக்கும்
அந்தப் பெண்
நானல்ல.

★

சிடோர் சிட்டுமொராங் / சுபத்ரா

புருவ நிழலில் இருட்டு

இந்த உறுதியான, உலர்ந்த உதடுகளைக்
காட்டிலும் அழகானது ஏதேனும் உண்டா?
புருவங்களின் நிழலில் இருக்கும்
இருட்டைக் காட்டிலும் இனிமையானது இருக்கிறதா?

ஒரு ஓவியனைத் தயங்கச் செய்யும் புருவங்கள்

அந்த தோள்களை
முத்தமிடுவதா அல்லது மறைப்பதா?
ஆனால் அந்த உரோமம்
கரங்களை பிருஷ்டத்திற்கு அழைத்துச் செல்கிறது
கூடார்த்தம் நிறைய

பிறகு தொடை
செதுக்கப்பட்ட பளிங்கு

கடைந்தெடுத்த வயிற்றைத் தாங்கிக் கொண்டு
அடிவயிற்றை நோக்கித் திரும்பி
மெதுவாக இறங்கி
இன்னும் சிறிது கீழிறங்கி
எல்லாவற்றின் மையத்துக்கு

இரவைப் போல கருப்பாக
ஒரு அழகிய அனுமானத்தை
ஒப்புக்கொள்ளத் தயாராக
முலை மெதுவாக என் இதயத்தை அழுத்துகிறது

பெற்றுக் கொள்
இந்த மனிதனின்
அதிகமாகப் பழுத்துவிட்ட கனவுகளை.

★

ஒட்டோரெனெ காஸ்ட்டினோ / குவான்டிமாலா

புரட்சி

பார்வை அற்றவர்கள்
எங்களைக் குருடர்கள் என்கிறார்கள்

ஆனால் நீ
வரப்போகும் காலத்தின்
வண்ணத்தைப் பார்க்க வைத்தாய்

செவிமடுக்க இயலாதவர்கள்
எங்களைச் செவிடர்கள் என்கிறார்கள்

ஆனால் நீ
மனிதனின் மிருதுத் தன்மையை
எல்லா இடங்களிலும் செவிமடுப்பது எப்படி
என்று காண்பித்தாய்.
கோழைகள் எங்களை
பயந்தவர்கள் என்கிறார்கள்

ஆனால் உன்னுடன் நாங்கள்
இருட்டு தன் முகத்தை மறைத்துக் கொள்வதை
நேருக்கு நேர் சந்திக்கிறோம்

குற்றவாளிகள் எங்களைக்
குற்றவாளிகள் என்கிறார்கள்

ஆனால் உன்னுடன் நாங்கள்
நம்பிக்கையை மறுமலர்ச்சி அடையச் செய்து
குற்றங்களுக்கு, விபச்சாரங்களுக்கு
பசிக்கு
ஒரு முடிவு கட்டுகிறோம்

நாங்கள் மனிதனின் இதயத்திற்கு
விழிகளை
குரல்களை
செவிகளை
ஒரு ஆன்மாவைக் கொடுக்கிறோம்.

இனவெறியர்கள் எங்களை
மனிதத்துவத்திற்கு எதிரானவர்கள் என்கிறார்கள்

உன்னுடன் நாங்கள்
வெறுப்புக்கு
அணைப்புகளின் நகரத்தில்
சர்வதேச சமாதியைக் கட்டுகிறோம்

அவர்கள் எங்களைப்
பலவாறாக அழைக்கிறார்கள்

அவற்றைச் சொல்கிறவர்கள்
அவர்கள் எந்த அளவுக்கு முட்டாள்கள்
என்பதை மறந்து விடுகிறார்கள்
நாளை அவர்களது பேரப்பிள்ளைகள்
மகிழ்ச்சியோடு நேசிக்கத் தொடங்கிவிடுவார்கள்
நட்சத்திரங்கள் பதித்த எழுத்துக்களில்
உனது பெயரை:

புரட்சி

★

லக்தாசா விக்கிரமசிங்கா / இலங்கை

பேசாதீர்கள்

என்னிடம்
மத்தீஸ் பற்றிப் பேசாதீர்கள்,
காகின் பற்றிப் பேசாதீர்கள்.
காதற்ற வான்கோ பற்றியும் கூட
மேலும் வெள்ளை வேட்டைக்காரன் மத்தீஸ் சுட்டுத்தள்ளி
ரத்தப்படுக்கையில் படுத்திருக்கும்
மலைஜாதிப் பெண்ணைப் பற்றியும்.

தொழுநோய் பரப்புகிற, மஞ்சளாய்ப் பருத்த
காகினைப் பற்றி,
இரட்டைக்குழல் துப்பாக்கியால்
மலை ஜாதியைச் சிலுவையில் அறைந்த
காகினைப் பற்றிப் பேசாதீர்கள்

1900-இன் ஐரோப்பிய பாணியைப் பற்றி,
ரத்தப்படுக்கையில் நிர்வாணப் பெண்
படுத்திருக்கும் ஓவிய அறையைப் பற்றி,
மத்தீஸ் பற்றிப் பேசாதீர்கள்.

மாறாக என்னிடம் பேசுங்கள்
பண்பாடு பற்றிப் பொதுவாக
காட்டுமிராண்டிகளிடமிருந்து கொள்ளை அடித்த
அழகை ஆதாரமாய்க் கொண்டு
கொலைகாரர்கள் வாழ்ந்ததைப் பற்றிப் பேசுங்கள்.
எங்களது தொலைதூரக் கிராமங்களுக்கு
ஓவியர்கள் வந்து
எங்களது வெள்ளை அடிக்கப்பட்ட
மண் குடிசைகளின் சுவர்களை
துப்பாக்கியால் எப்படி சுட்டார்கள்
என்பதைப் பற்றி
என்னிடம் பேசுங்கள்.

லியோபோல்டு செடார் செங்கோர் / செனிகால்

கண்ணீரின் மௌனம்

நான் உன்னோடு வந்தேன்
தானிய குதிர்களின் கிராமம் வரையிலும்
இரவின் வாயில் வரையிலும்
உன்னோடு வந்தேன்.

உனது தங்கமான விடுகதை போன்ற
புன்னகையின் முன்னால்
என்னிடம் வார்த்தைகள் இல்லை.

சிறிது அந்தி வெளிச்சம்
உன் முகத்தில் விழுந்தது
தெய்வீகமான விநோதக் கற்பனையின் மாற்றம்

வெளிச்சம் அடைக்கலம் புகும் மலையின் உச்சியிலிருந்து
நான் பார்த்தேன்
உனது துணியின் பளிச்சென்ற தன்மை மறைவதை.

நெல்வயல்களின் நிழலில்
விழுந்திடும் சூரியனைப் போல்
உனது கொண்டை மறைவதைப் பார்த்தேன்.

பதைப்புகள் எனக்கு எதிராக வந்த போது
சிறுத்தைகளைக் காட்டிலும் பயங்கரமான
பரம்பரை பயங்கள் எனக்கு முன் வந்த போது

அவற்றை அந்த நாளின்
அடிவானத்துக்கு அப்பால் தள்ளிவிட
மனதால் முடியவில்லை.

இனிமேல் எப்போதுமே இரவுதானா?
மீண்டும் சந்திக்க முடியாத பிரிவா இது?

தூய்மையான பூமியின் பள்ளத்தின்
இருளில் நான் அழுவேன்

எனது கண்ணீரின் மௌனத்தில் உறங்குவேன்

உனது வாயின்
பால் போன்ற விடியலினால்
எனது வெற்றி தொடப்படும் வரை.

★

நாஜிப் மாஃபுஸ் / எகிப்து

அரபி மொழி இலக்கியத்துக்கான நோபல் பேருரை 1988

நீங்கள் ஆச்சரியப்படலாம், மூன்றாம் உலக நாட்டிலிருந்து வரும் இந்த மனிதனுக்கு கதை எழுதுவதற்கான மனநிம்மதி எப்படிக் கிடைக்கிறது என்று. நீங்கள் மிக மிகச் சரிதான். கடன் சுமையில் மாட்டிக் கொண்டு அதைத் திருப்பிக் கட்டும் முயற்சியில் பசியின் ஆபத்திற்கோ அல்லது அதற்கு அருகாமைக்கோ சென்று உழலும் உலகத்திலிருந்துதான் நான் வருகிறேன். அதன் சில மக்கள் ஆசியாவில் வெள்ளத்தில் சாகிறார்கள். மற்றவர்கள் ஆப்பிரிக்காவில் பஞ்சத்தில் அழிகிறார்கள். தென் ஆப்பிரிக்காவின் கோடிக்கணக்கானவர்கள் மறுதலிப்புகளுக்கு ஆளாகி அவர்கள் ஏதோ மனிதர்களாகவே கணக்கிலெடுத்துக் கொள்ளப்படாததுபோல, மனித உரிமைகளுக்கான ஒரு யுகத்தில் எல்லா மனித உரிமைகளும் மறுக்கப்படுகிறார்கள். மேற்குக் கரையில், காசாவில் அவர்கள் தங்களது சொந்த மண்ணில், தங்களது தந்தையரும், பாட்டனார்களும், பூட்டனார்களும் வாழ்ந்த மண்ணில்தான் இருக்கிறார்கள் என்ற உண்மையையும் மீறி மக்கள் தொலைந்துபோயிருக்கிறார்கள். ஆதிமனிதனால் பாதுகாக்கப்பட்ட முதல் உரிமையான அவர்களுக்கான சரியான இடத்தை அவர்களுடையதென மற்றவர்கள் அங்கீகரிக்க வேண்டும் எனும் உரிமையை நிலைநாட்ட அவர்கள் எழுந்து

நிற்கிறார்கள். அவர்களின் வீரமான, உன்னதமான எழுச்சிக்குப் பதில் நடவடிக்கையாக ஆண்கள், பெண்கள், இளைஞர்கள், குழந்தைகள் ஆகிய எல்லோரையும் ஒரே மாதிரியாக எலும்புகள் நொறுக்கப்படுதலும், தோட்டாக்களால் கொல்லப்படுதலும், வீடுகள் அழிக்கப்படுதலும், சிறைக்கூடங்களிலும், முகாம்களிலும் சித்திரவதைக்கு ஆளாக்கப்படுதலும் நடைபெறுகின்றன. இதை 150 அராபியர்கள் சூழ்ந்துகொண்டு என்ன நடக்கிறதென்பதைக் கோபத்தோடும் வருத்தத்தோடும் பார்த்துக்கொண்டிருக்கிறார்கள். நீதியையும், முழுமையான அமைதியையும் விரும்புகிறவர்களின் மெய்யறிவினால் பாதுகாக்கப்படாவிட்டால் இது அந்தப் பகுதியையே அழிவினால் பயமுறுத்தும்.

ஆமாம். மூன்றாம் உலகிலிருந்து வருகிற மனிதனுக்குக் கதை எழுதுவதற்கான மன நிம்மதி எங்கிருந்து வருகிறது? அதிர்ஷ்டவசமாக கலை என்பது பெருந்தன்மையானதாகவும், இரக்கமுள்ளதாகவும் இருக்கிறது. மகிழ்ச்சியானவர்களுடன் அது எப்படி உறைகிறதோ அதேபோல துயரப்படுபவர்களையும் அது கைவிடுவதில்லை. இதயத்திலிருந்து எது ஊற்றெடுக்கிறதோ அதை வெளிப்படுத்துவதற்கான வழிமுறைகளைக் கலை இருவருக்குமே பொதுவாக வழங்குகிறது. நாகரிகத்தின் வரலாற்றின் முடிவெடுக்கக்கூடிய இந்தத் தருணத்தில் மனித குலத்தின் ஓலம் வெறுமையில் சென்று மறைய வேண்டும் என்பது ஒப்புக்கொள்ளக்கூடியதோ, புரிந்துகொள்ளக்கூடியதோ இல்லை. மனிதகுலம் கடைசியாக வயதுக்கு வந்துவிட்டது என்பதிலோ, ஆதிக்க சக்திகளின் எதிர்பார்ப்புகளை இந்த யுகம் தாங்கி வருகிறது என்பதிலோ சந்தேகம் இல்லை.

அழிவுகளுக்கும் பூண்டோடு அழித்தலுக்குமான எல்லா காரணங்களையும் தவிர்க்கும் கடினமான வேலையை மனித மூளை இன்று ஏற்றுக்கொண்டுவிட்டது. தொழில்துறையினால் மாசடையும் சூழலைச் சுத்தம் செய்வதற்கு விஞ்ஞானிகள் எவ்வாறு முனைந்து நிற்கிறார்களோ அதேபோல் மனிதகுலத்தின் மீது ஒழுக்க நியதி ரீதியாகப் படியும் மாசுகளைத் துடைக்க அறிவுஜீவிகள் முனைந்து நிற்க வேண்டும்.

நாகரிகமான நாடுகளின் பெருந்தலைவர்களும் அவர்களது பொருளாதார நிபுணர்களும் அவர்கள் இந்த யுகத்தின் மொத்த கவனத்தையும் ஈர்க்கக் கூடிய உண்மையான பாய்ச்சல் ஒன்றை ஏற்படுத்த வேண்டும் என்று வற்புறுத்தும் உரிமையும் கடமையும் நமக்குள்ளது.

பழங்காலத்தில் ஒவ்வொரு தலைவரும் தனது நாட்டின் நலனுக்கு மட்டுமே வேலை செய்தார். மற்றவர்கள் அனைவரும் விரோதிகள் என்றும், சுரண்டப்பட வேண்டியவர்கள் என்றும் கருதப்பட்டனர். உயர்ந்த நிலை, சுய மகத்துவம் ஆகியவை தவிர பிற விழுமியங்களுக்கு மதிப்பில்லாமல் இருந்தது. இதற்காகப் பல நீதி போதனைகள், இலட்சியங்கள், விழுமியங்கள் ஆகியவை வீணடிக்கப்பட்டன. பல அநீதியான வழிமுறைகள் நியாயப்படுத்தப்பட்டன. கணக்கற்ற பல ஆத்மாக்கள் அழிய விடப்பட்டன. பொய்கள், துரோகங்கள், குரூரங்கள் ஆகியவை புத்திசாதுரியத்தின், பெரிய மனிதத்தனத்தின் நிரூபணங்களாகக் கருதப்பட்டன. இன்று இந்தப் பார்வை அதன் சாரத்திலிருந்தே மாற்றப்பட வேண்டும். இன்று ஒரு தலைவரின் மகத்துவம் என்பது அவரது உலகளாவிய பார்வையினாலும் மொத்த மனித குலத்துக்கும் அவர் எடுத்துக்கொள்ளும் பொறுப்பினாலுமே அளவிடப்பட வேண்டும். வளர்ந்த உலகமும் மூன்றாம் உலகமும் ஒரே குடும்பம்தான். ஒவ்வொரு மனிதனும் தான் பெற்ற கல்வி, ஞானம், நாகரிகம் ஆகியவற்றிற்கேற்ப இதற்கான பொறுப்பை ஏற்கிறான். மூன்றாம் உலகின் பெயரால் இதனை நான் சொல்வதினால் எனது கடமையின் எல்லைகளை நான் மீறவில்லை. நமது துன்பங்களின் பார்வையாளர்களாக இருக்காதீர்கள். உங்களின் தகுதிக்கு ஏற்ற பாத்திரத்தை நீங்கள் செயல்படுத்துங்கள். உங்களின் உயர்ந்த நிலையிலிருந்து உலகின் நான்கு மூலைகளிலும் விலங்கு அல்லது தாவரம், மனிதனைப் பற்றிச் சொல்லவே வேண்டியதில்லை. எந்தத் தவறான வழிகாட்டலுக்கும் நீங்கள் பொறுப்பாகிறீர்கள் நாம் போதுமான வார்த்தைகளை வைத்திருக்கிறோம். இப்போது செயலுக்கான நேரம். வழிப்பறித் திருடர்களின், கந்துவட்டிக்காரர்களின் யுகத்தை முடிவுக்குக் கொண்டுவரவேண்டிய நேரம் இது.

மொத்த கிரகத்துக்கும் பொறுப்பேற்கும் தலைவர்களின் யுகத்தில் நாம் இருக்கிறோம். தென் ஆப்பிரிக்காவில் அடிமையாக்கப்பட்டவர்களைக் காப்பாற்றுங்கள். வறுமையில் வாடும் ஆப்பிரிக்காவைக் காப்பற்றுங்கள். பாலஸ்தீனியர்களைக் குண்டுகளிலிருந்தும் சித்திரவதைகளிலிருந்தும் காப்பாற்றுங்கள். இஸ்ரேலியர்கள் தங்களின் புனிதமான மரபிலிருந்து விலகலுக்கு ஆளாகியிருப்பதிலிருந்து காப்பாற்றுங்கள். பொருளாதாரத்தின் கடுமையான சட்டத்தின் கீழ் கடனில் மாட்டியிருப்பவர்களைக் காப்பற்றுங்கள்.

மனித குலத்திற்கான அவர்களது பொறுப்பு, அறிவியலின் சட்டங்களைக் காலம் முந்திச் சென்றிருப்பதோடு அவர்களுக்கு இருக்கும் கட்டுப்பாட்டை முந்தியிருப்பது குறித்த உண்மையை நோக்கி அவர்களது கவனத்தைக் குவியுங்கள்.

அலிஜேண்ட்ரோ ரோசஸ் / ஃபிலிப்பைன்ஸ்

கோழிச் சண்டை

என் சகோதரன் கிகோ மிக விசேஷமான கோழி ஒன்றை வைத்திருந்தான். அது சேவலா, பெட்டையா என்று யாராலும் சொல்ல முடியவில்லை என்பதுதான் அதன் விசேஷத் தன்மைக்குக் காரணம். அது ஒரு சேவல் என்று என் தம்பி வாதிட்டான். அது ஒரு பெட்டை என்று நான் சொன்னேன். அந்த வாதத்தை முடித்துக்கொள்வதில் நாங்கள் இருவரும் அடித்துக்கொள்ளும் அளவுக்குப் போய்விட்டோம்.

ஒரு நாள் அதிகாலையில் அந்த மொத்த கேள்வியும் எழுந்தது. மேய்ச்சல் நிலத்திலிருந்து நானும் கிகோவும் கோழிகளை விரட்டிக் கொண்டு வந்தோம். சோளம் அப்போதுதான் விதைக்கப்பட்டிருந்தது. கோழிகள் அந்த விதைகளை உணவுக்காகக் கிளறிக்கொண்டிருந்தன. திடீரென இறக்கைகள் அடித்துக்கொள்ளும் பெரும் சத்தத்தைக் கேட்டோம். நாங்கள் சத்தம் வந்த திசையில் பார்த்தபோது இரண்டு கோழிகள் வயலின் மறுகோடியில் சண்டையிட்டுக்கொண்டிருப்பதைப் பார்த்தோம். தூசுகளின் மேகமூட்டத்தில் இரண்டு பறவைகளும் கொத்திக்கொண்டிருந்ததில் அவற்றைச் சரிவரப் பார்க்க முடியவில்லை.

“பார் அந்த சேவல் சண்டையை”, கோழிகளில் ஒன்றைக் காட்டி என் தம்பி கத்தினான். என்னிடம் அதுபோல ஒரு சண்டைக் கோழி இருந்தால் நான் கோழிச் சண்டைப் பந்தயத்தில் பங்கெடுத்துப் பணக்காரனாகிவிடுவேன்.

“வா நாம போய் அதைப் பிடிக்கலாம்” என்று நான் சொன்னேன்.

“இல்லை. நீ இங்க இரு. நான் போய் பிடிச்சிட்டு வரேன்” - கிகோ சொன்னான்.

சண்டை போட்டுக்கொண்டிருந்த கோழிகளை நோக்கித் திருட்டுத்தனமாக நகர்ந்தான். அவன் அவற்றை நெருங்குவதை அவை தங்களின் வேகமான சண்டையில் கவனிக்கவேயில்லை. அவன் அருகில் சென்றவுடன் வேகமாகப் பாய்ந்து அவற்றில் ஒன்றின் கால்களைப் பிடித்தான். அது போராடிக் கத்தியது. கிகோ இறுதியாக அதன் இரண்டு இறக்கைகளையும் பிடித்து விடவே அது நிலையாக இருந்தது. நான் அவன் இருந்த இடத்துக்கு ஓடிச் சென்று அந்தக் கோழியைப் பார்த்தேன்.

“கிகோ, இது ஒரு பெட்டைக் கோழி’ - நான் சொன்னேன்.

“என்ன ஆச்சு உனக்கு? சூட்டில் உடம்பு சரியில்லையா?” என்று என் தம்பி கேட்டான்.

“இல்லை. இதைப் பார். இதற்குக் கொண்டை இல்லை.”

“கொண்டை இல்லையா! அதன் கொண்டையைப் பற்றி யார் கவலைப்பட்டார்கள்? இது சண்டை போட்டதை நீ பார்க்கவில்லையா?”

“அது சண்டை போட்டதைப் பார்த்தேன். ஆனாலும் அது பெட்டைக் கோழி.”

“பெட்டைக் கோழியா! இதுபோன்ற இறகுகள் கொண்ட பெட்டைக் கோழியை நீ எப்போதாவது பார்த்திருக்கிறாயா? இதுபோன்ற வால் கொண்ட பெட்டைக் கோழியை நீ எங்காவது பார்த்திருக்கிறாயா?”

“எனக்கு அதன் இறகுபற்றியோ, வால்பற்றியோ கவலை

இல்லை.நான் சொல்கிறேன் அது பெட்டைக் கோழிதான். அதை நீயே பாரேன்."

கிகோவும் நானும் அந்தக் கோழியின் பாலினத்தை முடிவு செய்யக்கூடிய பண்புகளைப் பற்றி ஒத்துப்போகவே இல்லை. இதுவே ஒரு எருமையைப் பற்றியதாக இருந்தால் அது மிக எளிமையாக இருந்திருக்கும். நாங்கள் செய்யவேண்டியதெல்லாம் அந்த உயிரினத்தைப் பார்க்கவேண்டியதுதான். அதன் வாலை, குளம்பை, கொம்பைப் பார்த்து நேரத்தை வீணடிக்க வேண்டாம். அதன் உடலமைப்பின் ஒரு பகுதியில் நமது பார்வையைச் செலுத்தினாலே போதுமானது. அந்த எருமையின் முகத்தை நேருக்கு நேர் பார்க்க வேண்டும். அதன் மூக்கில் ஒரு பித்தளை வளையம் இருந்தாலே போதும். அது சந்தேகமில்லாமல் ஒரு ஆண் என்று சொல்லிவிடலாம். ஆனால் கோழிகள் எருமைகளைப் போல் அல்ல. எனவே கருத்து வேற்றுமை வயல்வெளிகளிலும் தொடர்ந்தது.

பகலில் சாப்பிடப் போனோம். வீடு செல்லும் வழியெல்லாம் அதைப் பற்றியே பேசிக்கொண்டு சென்றோம். நாங்கள் வீடு சேர்ந்தபோது கிகோ கோழியை அதன் இடத்தில் விடப்போனான். கோழி தனது சிறகை அடித்துக் கொக்கொரக்கோ என்றது.

"இதோ பார்" என் தம்பி வெற்றிக் களிப்பில் கத்தினான். "உனக்குக் காதில் விழுந்ததா? பெட்டைக் கோழிகள் கொக்கரக்கோ என்று கத்தும் என்று நீ சொல்வாயானால் எருமைகள் பறக்கும் என்று சொல்வாயா?"

"அது கொக்கரக்கோ என்று கத்துகிறது என்பது எனக்கு முக்கியமில்லை. அது பெட்டைக் கோழிதான்."

நாங்கள் வீட்டிற்குள் நுழைந்தபோதும் விவாதம் தொடர்ந்தது "அது கோழியல்ல." கிகோ சொன்னான்: "அது சேவல்தான்."

"அது பெட்டைக் கோழி."

"அதுவல்ல."

"அதுதான்."

“போதும் போதும்” அம்மா இடைமறித்தாள். “சாப்பாட்டு நேரத்தில் விவாதம் பண்ணக் கூடாது என்று அப்பா எத்தனை முறை சொல்லி இருக்கிறார்? இந்தத் தடவை என்ன விவாதம்?”

நாங்கள் அம்மாவிடம் சொன்னோம். அவள் வெளியே சென்று கோழியைப் பார்க்கப் போனாள். “அந்தக் கோழி பெட்டையைப் போல் தோற்றமளிக்கும் சேவல்.”

அது எங்கள் விவாதத்தை ஒரு முடிவுக்குக் கொண்டு வந்திருக்க வேண்டும். அப்பாவும் வெளியே போய்ப் பார்த்தார். அவர் முரண்பட்டார்.

“இல்லம்மா. நீ சொல்வது தப்பு. அது சேவலைப் போல் தோற்றமளிக்கும் பெட்டைக் கோழி.”

“நீங்கள் மீண்டும் கரணம் போடுகிறீர்களா?” அம்மா கேட்டாள்.

“இல்லை.” அப்பா பதில் சொன்னார்.

“பிறகு அந்தச் சேவல் ஒரு பெட்டைதான் என்று எது உங்களைச் சொல்ல வைக்கிறது? அதுபோன்ற இறக்கை கொண்ட பெட்டைக் கோழியை நீங்கள் எங்காவது பார்த்திருக்கிறீர்களா?’

“இல்லை. ஆனால் நான் சின்னப் பையனாக இருந்த காலத்திலிருந்து சண்டைக் கோழிகளைக் கையாண்டிருக்கிறேன். அது ஒரு சேவல்தான் என்று உன்னால் என்னிடம் சொல்ல முடியாது.”

கிகோவும் நானும் புரிந்துகொள்வதற்கு முன்னர் அப்பாவும் அம்மாவும் வாதிடத் தொடங்கிவிட்டார்கள். விரைவில் அம்மா அழத் தொடங்கிவிட்டாள். அப்பாவுடன் வாதம் புரியும் போதெல்லாம் அவள் அழுவது வழக்கம்.

“உங்களுக்கு நன்றாகத் தெரியும் அது ஒரு சேவல்தான் என்று” அம்மா தேம்பினாள். “நீங்கள் மிக அற்பமாகவும் பிடிவாதமாகவும் இருக்கிறீர்கள்.”

“நான் மிகவும் வருந்துகிறேன்...” அப்பா சொன்னார். “ஆனால் ஒரு பெட்டைக் கோழியைப் பார்த்தால் அது பெட்டை என்று எனக்குத் தெரியும்.”

பிறகு அப்பா தனது கரங்களை அவளைச் சுற்றிக் கட்டியணைத்து, 'என் ரெய்னா எலினா, என் மடோனா, என் மரியா கிளாரா' போன்ற செல்லப்பெயர்களால் அவளை அழைக்கத் தொடங்கினார். அம்மா அழும்போதெல்லாம் அவர் அதனைச் செய்வார். கிகோவும் நானும் மிகவும் சங்கடப்பட்டவர்களாக எங்களது விவாதத்தை முடிக்காமலேயே வீட்டை விட்டு வெளியே வந்தோம்.

அம்மா சொன்னாள்: இந்தக் கேள்வியை யார் முடித்து வைக்க முடியும் என்று எனக்குத் தெரியும்" என்று அம்மா சொன்னாள்.

"யார் அது?" என்று கேட்டான் கிகோ.

"டெனியண்டங் டேசியோ."

அவர் அந்தக் கிராமத்தின் தலைவர். அவர் எங்களது பிரச்சினையைத் தீர்க்கக் கூடியவர் என்று நான் நினைக்கவில்லை. ஏனெனில் அவர் ஒரு தத்துவ ஞானி. இதன் மூலமாக நான் என்ன சொல்ல வருகிறேன் என்றால் அவர் வினோதமான கருத்துகளை வினோதமான காரணங்களோடு விளக்கக் கூடியவர் என்பதைத்தான். உதாரணம். டெனியண்டங் கோழிச் சண்டையைப் பார்த்து முகம் சுளிப்பவர். இப்போதெல்லாம் நிறையப் பேர் கோழிச் சண்டைக்கு எதிரான கருத்து கொண்டுள்ளனர். கோழிச் சண்டை என்பது குரூரமானது என்றும், சூதாட்டம் கெட்டது என்றும் அவர்கள் கூறுவார்கள்.

ஆனால் இந்த இரண்டு காரணங்களையுமே டேனியண்டங் சொல்ல மாட்டார். அவரது மதிப்பீடுபடி கோழிச் சண்டை எனபது ஒரு கால விரயம் ஏன்? கோழிச் சண்டையில் எப்படியும் ஒரு கோழி தோற்கப்போகிறது என்பது முன்னரே தெரிந்தது என்பதுதான் இதற்கான காரணம்.

ஆனால் அவர் தனக்கு சாதகமான ஒரு காரணத்தை வைத்திருந்தார். அந்தக் கிராமத்திலேயே அவர்தான் மிகவும் வயது முதிர்ந்தவர். இது அவரை ஒரு பறவை அறிஞராக மாற்றாது என்ற போதிலும் ஒரு கருத்தை அவர் சொன்னால் அவரது நரை முடி அதை மிக ஆணித்தரமான கருத்தாக

மாற்றிவிடும். எனவே கிகோ அவரை நாம் கலக்கலாம் என்று சொன்னபோது நான் ஒத்துக் கொண்டேன். அவர் எங்களது வழக்கின் நீதிபதியாக இருந்துவிட்டுப் போகட்டும் என்று விட்டேன். பிறகு கிகோ கோழியை அவிழ்த்துவிட்டு அதனைக் கிராமத் தலைவரிடம் கொண்டு சென்றேன்.

கிகோ கேட்டான் "கிராமத் தலைவரே, இந்தக் கோழி ஆணா, பெண்ணா?"

"இது இன்னொரு கோழிக்கு மட்டுமே அக்கறை ஏற்படுத்தக் கூடிய கேள்வி." தலைவர் குறிப்பிட்டார்.

நானும் கிகோவும் அவரது எதிர் பதில் கேட்டுத் திகைத்தோம்? ஆனால் கிகோ பிடிவாதமாக இருந்தான். எனவே அவன் இன்னொருவிதமாக முயற்சி செய்தான்.

"இதோ பாருங்கள், டெனியண்ட் அவர்களே. நானும் என் அண்ணனும் இந்தக் கோழியைப் பற்றித் தனி அக்கறை கொண்டிருக்கிறோம். தயவு செய்து ஒரு பதில் கொடுங்கள். ஆமாம், இல்லை என்று சொல்லிவிடுங்கள். இது ஒரு சேவலா?"

"நான் பார்த்த எந்தச் சேவல் போலவும் இது இல்லை," சொன்னார் டெனியண்டங்.

நானும் என் தம்பியும் வாயடைத்துப் போனோம். நீண்ட நேரம் நாங்கள் பேச்சற்று இருந்தோம். பிறகு டெனியண்டங் கேட்டார்.

"இதுபோல ஒன்றை இதற்கு முன் பார்த்து இருக்கிறீர்களா?"

நாங்கள் பார்த்திருக்கவில்லை என்பதை நானும் கிகோவும் ஒத்துக்கொள்ள வேண்டியதாகிவிட்டது.

"பிறகு எப்படி உங்களுக்குத் தெரியும் இது ஒரு கோழி என்று?"

"சரி, வேறு எதுவாக இருக்கும்? "கிகோ பதிலுக்குக் கேட்டான். "அது வேறுவிதமான பறவையாக இருக்கலாம்."

"அடக் கடவுளே, இல்லை..." என்று கிகோ சொன்னான்.

இருவரும் நடக்கத் தொடங்கினோம்.

என் தம்பி சொன்னான்: "நகரத்துக்குச் சென்று திருவாளர். குரூஸைக் கேட்போம். அவருக்குத் தெரியும்."

பக்கத்து நகரமான அல்காலாவில் வாழ்ந்து வந்தார் திரு.எட்வர்டோ குரூஸ். அவர் லாஸ் பர்லோசில் கோழிப் பண்ணை பற்றிப் படித்துவிட்டுப் பெரிய முட்டைப் பண்ணை நடத்தி வந்தார். நாங்கள் அங்கு சென்றபோது திரு.குரூஸ் பகல் சாப்பாட்டுக்குப் பிறகான குட்டித் தூக்கத்தில் இருந்தார். அதுவரை கிகோ எங்கள் கோழியைப் புலத்தில் மேயவிட்டான்.

மற்ற கோழிகள் எங்கள் கோழியுடன் சேரவே இல்லை. அவை விலகி இருந்தது மட்டுமின்றி, எங்கள் கோழியின் பாலினம் குறித்து எந்தவித அக்கறையும் எடுத்துக்கொள்ளவில்லை. எங்களது கோழி எந்தவிதமான சங்கடத்துக்கும் ஆளாகாமல் அங்கிருந்த கோழிக் குஞ்சுகளை விரட்டி அவற்றை அவமானப்பட வைத்தது.

என் தம்பி கத்தினான். "இதோ பார், இதுவே நமது கோழி ஒரு சேவல் என்பதற்கு ஒரு நிரூபணம்."

"அதுபோல எதுவும் இல்லை!" நான் சொன்னேன். "அதற்கு சேவலின் உணர்வுகள் உள்ளன என்றபோதிலும் அது ஒரு பெட்டைக் கோழி."

கோழிப் பண்ணைக்காரர் எழுந்தவுடன் கோழியைப் பிடித்துக் கொண்டு அவரது அலுவலகத்துக்குச் சென்றோம்.

"திருவாளர் குரூஸ் அவர்களே, இந்தக் கோழி ஆணா, பெண்ணா?"

கோழிப் பண்ணைக்காரர் அதனை அறிந்துகொள்ளும் பார்வையுடன் பார்த்துவிட்டுச் சொன்னார், "ஹூம், எனக்குத் தெரியவில்லை. என்னால் ஒரே பார்வையில் இதைச் சொல்ல முடியாது. இதுபோன்ற பறவை ஒன்றை இதற்கு முன் நான் பார்த்தது கிடையாது."

"சரி, வேறு ஏதாவது முறையில் சொல்ல முடியுமா?"

"ஏன், நிச்சயமாக. இதன் பின்னுள்ள இறகுகளைப் பாருங்கள். இவற்றின் நுனிகள் வளைவாக இருந்தால் அது பெண். அவை கூர்மையாக இருந்தால் அது ஆண்."

நாங்கள் மூவரும் நெருங்கிப் பரிசீலனை செய்தோம். அதற்கு இரண்டுமே இருந்தன.

“ஹூம், மிக அபூர்வம்”, – சொன்னார் அவர். “வேறு ஏதாவது முறையில் நீங்கள் சொல்ல முடியுமா?”

“நான் அதைக் கொன்று உள் பாகங்களைப் பரிசீலனை செய்ய முடியும்.”

“இல்லை. அது கொலை செய்யப்படுவதை நான் விரும்பவில்லை,” கிகோ சொன்னான்.

கோழியை என் கையில் எடுத்துக்கொண்டு நாங்கள் கிராமத்தை நோக்கி நடந்தோம். கிகோ பெரும்பாலும் வழியில் அமைதியாகவே இருந்தான். திடீரெனத் தன் விரல்களைக் கத்தரித்துக் காட்டிச் சொன்னான்:

“இது ஒரு சேவல்தான் என்பதை என்னால் எப்படி உன்னிடம் நிரூபிக்க முடியும் என்று எனக்குத் தெரியும்.”

“எப்படி?” நான் கேட்டேன்.

“இது ஒரு கோழிச் சண்டையில் பங்கெடுத்து அதில் வெற்றி பெற்றால் இது ஒரு சேவல் என்று ஒப்புக்கொள்வாயா?”

“உனது பெட்டைக் கோழி ஒரு சண்டைக் கோழியை வென்றால் நான் எதையும் நம்புவேன்,” நான் சொன்னேன்.

“மிக்க சரி” அவன் சொன்னான், “அடுத்த ஞாயிற்றுக்கிழமை கோழிச் சண்டைக்கு எடுத்துச் செல்வோம்.”

எனவே அந்த ஞாயிற்றுக்கிழமை கோழியைக் கோழிச் சண்டைக்குக் கொண்டு சென்றோம். கிகோ அதற்குத் தோதான ஒரு எதிராளியைத் தேடிக் கடைசியில் ஒரு சிவப்புச் சேவலைத் தேர்ந்தெடுத்தான். அது உள்ளிருக்கும் ‘அஞ்சாமை’ எனும் கோழிச்சண்டை பத்திரிகை ஒன்றின் அட்டையை அலங்கரித்த ஒரு தேர்ந்த சேவல். ஒரு முறை அது காட்டுக்குள் தப்பிச் சென்று பக்கத்து கோழிப்பண்ணைகளில் இருந்த கோழிகளையெல்லாம் விரட்டியடித்து இருந்தது. அது தன் பாம்புக் கழுத்தை

நிமிர்த்திக் கொண்டு, சிவப்பு மான் கண்களோடு திமிராகத் தனது அரிவாள் சிறகுகளைச் சிலிர்த்துக்கொண்டது. இது என்னை பயமுறுத்தியது. சண்டைக் கோழி என்பது, தான் காம வெறியில் இருக்கும்போது அது இரு மடங்கு கோபமாக இருக்கும் என்பது எனக்குத் தெரியும்.

“உனது பெட்டைக் கோழியை அந்தச் சேவலுக்கு எதிராகப் பந்தயம் கட்டாதே”, என்று நான் கிகோவிடம் சொன்னேன். “அது ஒரு உள்ளூர் கோழி அல்ல, அது ஒரு வெளிநாட்டுக் கோழி.”

“என்னைப் பொறுத்தமட்டிலும் இதற்கு எந்த அர்த்தமும் கிடையாது.” என் சகோதரன் சொன்னான், “எனது சேவல் அதைக் கொல்லும்.”

“முட்டாளாக இருக்காதே.” நான் சொன்னேன், ‘சிவப்புச் சேவல் ஒரு கொலைகார சேவல். அது காலராவைக் காட்டிலும் ஏராளமான கோழிகளைக் கொன்றிருக்கிறது. இந்த மாநிலத்திலேயே அதன் தாக்குதலைத் தாங்கக் கூடிய கோழி கிடையாது. குறைந்த ஆபத்தான சேவலைத் தேர்ந்தெடு.”

என் தம்பி கேட்க மாட்டான். பந்தயம் தொடங்கியது. பறவைகள் வரிசையில் வந்தன. நுனியில் வளைந்த கத்திகள் இடது கால்களில் கட்டப்பட்டன. நடக்க முடியாதவைகளை நடத்திக்காட்டும் சாண்டாடி காசியா தேவாலயத்தை மனதிற்குள் நான் ஜபித்தேன். பிறகு சண்டை தொடங்கியது. களத்தின் மத்திய பகுதியில் இரு பறவைகளும் விடப்பட்டன. டெக்சன் ஸ்டேக் எனும் கோழி பூமியைக் கீறியது. ஏதோ அகன் எதிராளிக்குப் புதைகுழி தோண்டுவதுபோல. சில இரண்டு போர்க் கோழிகளும் மோதின. பயத்தில் எங்களது கோழி செத்துவிடுமென நான் நினைத்தேன். மாறாக, வினோதமான விஷயம் நடந்தது. காதல் நோயில் ஆட்பட்டது போன்ற ஒரு தொனி சிவப்புச் சேவலின் கண்களில் தெரிந்தது. அதன் பிறகு அது ஒரு காதல் நடனம் ஆடியது. ஒவ்வொருவருக்கும் இது நிச்சயமாக ஒரு மிக வியக்கத்தக்க நிகழ்வாகும். குறிப்பாக, டெக்சன் சேவலின்மீது பந்தயம் கட்டி இருந்தவர்களுக்கு.

எங்களது கோழியின் மீது அது காதல் வயப்பட்டு விட்டது என்பது வெளிப்படையாகத் தெரிந்தது. அந்தத் தருணத்தில் அதற்கு இருந்த மொத்த குறிக்கோளும் அதனோடு கூடுவதுதான். ஆனால் யாருமே யோசித்துப் பார்ப்பதற்கு முன்னால் எங்களது கோழி, தனது பிடரி மயிர் ஜொலிக்க சிவப்புச் சேவலின் மீது பாய்ந்தது. ஒரே குத்தில் கூர்மையானதை எதிரியின் மார்பில் பாய்ச்சியது. சண்டி முடிந்துவிட்டது. பந்தயக்காரர் எங்கள் கோழி வெற்றி பெற்றதின் அடையாளமாக அதைத் தூக்கினார்.

"மோசடி, மோசடி. முன்னரே முடிவு செய்யப்பட்ட பந்தயம்." கூட்டம் சத்தம் போட்டது.

பிறகு ஒரு கலகம் உருவாகிவிட்டது. மக்கள் பெஞ்சுகளை உடைத்து அவற்றை ஆயுதமாக்கிக் கொண்டனர். நானும் என் தம்பியும் ஊடுருவி வெளியேற வேண்டியிருந்தது. நான் வெற்றி பெற்ற பறவையை என் கையில் வைத்திருந்தேன். கோகோ தோப்பு நோக்கி நானும் என் சகோதரனும் கோபமான கூட்டத்திலிருந்து தப்பும் வரை ஓடினோம்.

பத்திரமான இடத்தை அடைந்த பிறகு தரைமீது உட்கார்ந்து ஓய்வு எடுத்தோம்

"இப்போது அது சேவல்தான் என்று ஒப்புக்கொள்கிறாயா?" கிகோ மூச்சிரைப்பதற்கு இடையில் கேட்டான்.

"ஆமாம்." நான் பதில் சொன்னேன்.

மொத்தமும் முடிந்துபோனதில் நான் மிக மகிழ்ச்சியாக இருந்தேன்.

ஆனால் கோழிக்கு வேறு சிந்தனைகள் இருந்தன. அது கத்தத் தொடங்கியது. பிறகு ஏதோ உருண்டையான சூடான ஒன்று என் கையில் விழுந்தது.

கோழி சிரிப்பினால் கெக்கலித்தது.

நான் கீழே பார்த்தேன் ஒரு முட்டையை.

★

குயென் சி தெய்ன் / வியட்நாம்

அறத்தோடு பயணப்படுங்கள்

துயரத்தோடு பயணப் படுங்கள்
மகிழ்ச்சிக்காக விடை கொடுக்கிறோம்.

பெட்டி படுக்கைகளாக
உங்களுக்கு வியர்வையும் தூசும்
கொஞ்சம் கைப்பணமாக
கவிதைகளும் இனிய கனவுகளும்.

ஒரு கருத்த மோசமான ஊர்தி
அதன் நாற்றத்தை அனுபவியுங்கள்
ரயிலின் மீது சிவப்பு விளக்கு எரிகிறது:

எங்காவது
ஒரு புயல்
காட்டுத்தனமாக வீசுகிறதோ?

★

தஸ்லிமா நஸ்ரின் / பங்களாதேஷ்

ஏவாளே ஓ ஏவாளே

ஏவாள் ஏன் அந்தக் கனியை உண்டிருக்கக் கூடாது?
அதை எட்டிப் பறிப்பதற்குக் கரமோ
முஷ்டியை மடக்குவதற்கான விரல்களோ
பசியெடுப்பதற்கு வயிறோ
தாகத்தை உணர்வதற்கு நாக்கோ
காதலிப்பதற்கு ஒரு இதயமோ ஏவாளுக்கு இல்லையா?

பின் ஏன் ஏவாள் அந்தக் கனியை உண்ணவில்லை?

ஏன் அவள் ஆசைகளை அடக்க வேண்டும்
காலடிகளைக் கட்டுப்படுத்திக் கொள்ள வேண்டும்?
தாகத்தை அடக்கிக் கொள்ள வேண்டும்?
அவர்களின் வாழ்நாள் முழுவதும் ஏதென் தோட்டத்தில்
ஆதாம் சுற்றிக் கொண்டேயிருக்க வேண்டும் என்று
ஏவாள் ஏன் அவ்வளவு வற்புறுத்தப்பட்டிருக்க வேண்டும்?

ஏவாள் அதை உண்டதினால்
அங்கே வானமும் பூமியும்
அவள் அதை உண்டதினால் அங்கே நிலவு, சூரியன், நதி, கடல்கள்.

அவள் கனியை உண்டதினால் அங்கே ஆனந்தம்.
அவள் அதை உண்டதினால் ஆனந்தம் ஆனந்தம் ஆனந்தம்.
கனியை உண்டதினால் ஏவாள் பூமியை சுவர்க்கமாக்கினாள்.

ஏவாளே, நீ கனியைக் கைப்பற்றுவாயானால்
சாப்பிடுவதை எப்போதும் தவிர்த்து விடாதே.

தஸ்முத் நஸ்ரின் / பங்களாதேஷ்

எல்லை

நான் முன்னேறிச் செல்லப் போகிறேன்
எனக்குப் பின்னால் எனது மொத்த குடும்பமும் அழைக்கிறது
என் புடவை நுனியை என் குழந்தை பற்றி இழுக்கிறது
என் கணவன் என் கதவை வழி மறித்து நிற்கிறார்
ஆனால் நான் போவேன்
எனக்கு முன்னால் ஒரு நதியைத் தவிர வேறெதுவுமில்லை.
நான் கடப்பேன்
எனக்கு எப்படி நீந்துவதென்று தெரியும்
ஆனால் அவர்கள்
என்னை
நீந்த விடவோ, கடக்க விடவோ மாட்டேனென்கிறார்கள்
நதியின் மறு கரையில்
பரந்த வயல் வெளியைத் தவிர வேறு எதுவுமில்லை
ஆனால் இந்த வெறுமையை நான் ஒருமுறை தொடுவேன்
காற்றுக்கு எதிராக ஓடுவேன்; அதன் உரசிச் செல்லும் சத்தம்
என்னை நடனமாட விரும்பச் செய்கிறது
ஏதாவது ஒரு நாள் நடனமாடிவிட்டுப் பிறகு திரும்புவேன்.

என் இளம்பருவத்தில் விளையாடியது போல
பல ஆண்டுகளாக நான் கண்ணாமூச்சி விளையாடவில்லை
ஏதாவது ஒரு நாள் நான் கண்ணாமூச்சி விளையாடி
பெரிய உணர்ச்சிக் கொந்தளிப்பை உருவாக்கிவிட்டுத்
திரும்புவேன்
தனிமையின் மடியில் நான் தலை வைத்து அழுது
பல ஆண்டுகளாகிறது
ஒருநாள் மனதார அழுதுவிட்டு மீண்டும் திரும்புவேன்.

முன்னால் ஒரு நதியைத் தவிர வேறெதுவுமில்லை
நீந்துவது எப்படி என்று எனக்குத் தெரியும்
நான் ஏன் போகக் கூடாது?
நான் போவேன்.

★

டென்னிஸ் புரூட்டஸ் / தென் ஆப்பிரிக்கா

அவர்கள் அவனைத் தூக்கில் போட்டார்கள்

அவர்கள் அவனைத் தூக்கில் போட்டார்கள் என்று
உதாசீனமாக நான் சொன்னேன்

அவன் செத்துப் போனான்
அல்லது அவன் ஒரு அன்பான நண்பனாக இருந்தான்
அல்லது எங்களது
பொது வேலைகளில், பேராசைகளில், சிறு ஆசைகளில்
வேலை எங்கள் இருவரையும் மிக நெருக்கமாக நெய்தது
என்பதைச் சொல்வதற்கு வேறு வழியின்மையினால்
உதாசீனமாக நான் சொன்னேன்
அவர்கள் அவனைத் தூக்கில் போட்டார்கள் என்று.

இப்போது அவன் செத்துப் போனான்:
அவன் எங்கே இருந்தானோ
அதை நோக்கி அவனை இழுத்துப் போன
துன்பத்தைப் பற்றிப் பேசவோ
அல்லது அவர்களின் கைகளில் அவன் பட்ட வலியைப் பேசவோ

அல்லது அவன் எனது மனத்துயரத்தினால் எவ்வளவு வருந்தினான்
என்பதைப் பற்றிப் பேசவோ
எனக்குத் துணிச்சல் இல்லை.

இப்போது, இன்னும் எளிதாக இருக்கிறது
அவர்கள் அவனைத் தூக்கில் போட்டார்கள் என்று
உதாசீனமாகச் சொல்வது.

★

யெஹூடா அமிச்சாய் / இஸ்ரேல்

போரில் நான் என்ன கற்றுக்கொண்டேன்?

போரில் நான் எதையெல்லாம் கற்றுக் கொண்டேன்.
காலியான கிணற்றில் நீர் இறைக்க முயலும்
இயந்திரங்களைப் போல்
கால்களையும் கைகளையும் வீசிக்கொண்டு
குறித்த காலத்திற்குள் அணி திரண்டு நடப்பதை.

வரிசையில் அணி திரண்டு நடந்து கொண்டு
நடுவில் தனிமையாக இருப்பதை,
தலையணைகளிலும், இறகு மெத்தைகளிலும்,
பிடித்த பெண்களின் உடம்புகளிலும் புதைந்தபடி
அவள் காது கேளாதபோது 'அம்மா' என்று கத்துவதை,
எனக்குக் கடவுள் நம்பிக்கை இல்லாதபோது
'கடவுளே" என்று சத்தம் போடுவதையெல்லாம் கற்றுக்
கொண்டேன்.
எனக்கு அவர் மீது நம்பிக்கை இல்லாத பட்சத்தில்
நான் அவரிடம் போரைப் பற்றிச் சொல்லி இருக்க

மாட்டேன்
வளர்ந்தவர்களின் பயங்கரங்களைக்
குழந்தைகளிடம் சொல்ல முயலாதது போல.
வேறு எதையெல்லாம் நான் கற்றுக் கொண்டேன்.
திரும்பிப் போவதற்கான ஒரு பாதையை முன்கூட்டித்
தேர்ந்தெடுத்து
வைத்துக்கொள்வதைக் கற்றுக் கொண்டேன்.
வெளிநாடுகளில்
விமான நிலையம் அல்லது ரயில் நிலையத்தின் அருகில்
ஹோட்டல் அறையை வாடகை எடுக்கவும்,
கல்யாண வீடாக இருந்தாலும் கூட
“வெளியே போகும் வழி” என்று சிகப்பு எழுத்துப் போட்ட
சிறிய கதவுகளைக் கவனித்து வைத்துக் கொள்ளக்
கற்றுக் கொண்டேன்.

நாட்டியத்துக்கான தாள லயத்தோடு கூடிய
மேள வாத்தியம் போலத்தான் போரும் தொடங்குகிறது
“அதிகாலையில் பின்வாங்குங்கள்” என முடிகிறது.
கள்ளக் காதலும் போரும் சில சமயம் இப்படித்தான்
முடிவடைகின்றன.

ஆனால் இவை எல்லாவற்றையும் காட்டிலும்
பொருட்களை மறைக்க உதவும் சாதனமாகிய மெய்யறிவை
நான் கற்றுக் கொண்டேன்.
தனித்துத் தெரியக் கூடாதென்றும்
அடையாளம் காணப்படக்கூடாதென்றும்
என்னைச் சுற்றி இருப்பவற்றிலிருந்தும்
என் பிரியமானவர்களிடமிருந்தும்கூட
பிரிந்துவிடக்கூடாதென்றும்
கற்றுக் கொண்டேன்.

அவர்கள் என்னை ஒரு புதர் என்றோ அல்லது ஒரு
ஆடென்றோ
ஒரு மரமென்றோ, மரத்தின் நிழலென்றோ,
ஒரு சந்தேகமென்றோ, சந்தேகத்தின் நிழலென்றோ,

உயிருள்ள ஒரு வேலியென்றோ, செத்துப்போன ஒரு பாறையென்றோ
ஒரு வீடென்றோ, ஒரு வீட்டின் மூலையென்றோ
நினைத்துக் கொள்ளட்டும்.

நான் ஒரு தீர்க்கதரிசியாக இருப்பேனானால்
நான் பார்வையை மங்கச் செய்து
எனது நம்பிக்கையை ஒரு கருப்புக் காகிதத்தால் இருட்டாக்கி
மந்திரத்தை வலையால் மூடியிருப்பேன்.

என் நேரம் வரும்போது எனது முடிவின் மறைத்து வைக்கும்
சாதன அங்கியை விலக்குவேன்.
மேகங்களின் வெண்மை, வானத்தின் நிறைய நீலம்
மேலும் முடிவில்லாத நட்சத்திரங்கள்...

ஹமத் தார்விஷ் / பாலஸ்தீனம்

வார்த்தைகள்

என் வார்த்தைகள் கோதுமையாக இருந்தபோது
நான் நிலமாக இருந்தேன்.

எனது வார்த்தைகள் கோபமாக இருந்தபோது
நான் புயலாக இருந்தேன்.

எனது வார்த்தைகள் பாறையாக இருந்தபோது
நான் நதியாக இருந்தேன்.

எனது வார்த்தைகள் தேனாக மாறியபோது
ஈக்கள் எனது உதடுகளை மொய்த்து மூடின.

எலி / பூடான்

நேபாளி வாய்மொழிக் கதை

ஒரு காலத்தில் ஒரு பூனை இருந்தது. அது அரசரின் மகளைத் தவிர வேரு யாரையும் மனைவியாக ஏற்றுக்கொள்ள முடியாது என்று நினைத்தது.

எனவே அது அரசரிடம் சென்று அவரது மகளை மணமுடித்துத் தருமாறு கேட்டது.

“ஓ அரசரே, இந்த உலகிலேயே நீங்கள்தான் மிகப் பெரியவர் என்பதால் நான் உங்களது மகளை மணந்துகொள்ள விரும்புகிறேன்.”

அரசர் எலியிடம் சொன்னார்: “நீ தவறாகச் சொல்கிறாய் எலியே... சூரியன்தான் என்னைவிடப் பெரியவர்.”

எனவே எலி சூரியனிடம் சென்றது. “சூரியனாரே, நீங்கள் அரசரைவிடப் பெரியவர். எனவே உங்கள் மகளை எனக்கு மணமுடித்துக் கொடுங்கள்.”

சூரியன் சொன்னது: “மேகம்தான் என்னைவிட ஆற்றல் மிக்கது. எனவே மேகத்திடம் போ.”

எலி மேகத்திடம் போய்ச் சொன்னது: “உங்கள் மகளை எனக்கு மணமுடித்துக் கொடுங்கள் மேகமே... நீங்கள் சூரியனை விட வலிமையானவர் என்று சூரியன் சொன்னது.”

“நான் அந்த அளவுக்கு வலிமையானவன் அல்ல. என்னையே காற்று பிடித்துத் தள்ளிவிடுகிறது. எனவே காற்றிடம் போய்க் கேள்.”

எலி காற்றிடம் போய் அவரது மகளை மணமுடித்துத் தருமாறு கேட்டது.

“இல்லை. நீ நினைப்பது போல நான் அவ்வளவு வலிமையானவன் அல்ல. நான் எவ்வளவு வேகமாக அடித்தாலும் பசும்புல் தன் இடத்தை விட்டு நகர்வதில்லை. எனவே பசும்புல்தான் என்னைக் காட்டிலும் வலிமையானது.”

எனவே எலி பசும்புல்லிடம் சென்று அதன் மகளை மணமுடித்துத் தருமாறு கேட்டது.

ஆனால் பசும்புல் சொன்னது: “எலி எனக்குக் கீழே பள்ளம் தோண்டி எனது வேர்களையே கடித்துவிடுகிறது. அதை என்னால் தடுத்து நிறுத்த முடியவில்லை. எனவே எலிதான் என்னை விட பலமானது.”

இப்போது எலிதான் மிகவும் ஆற்றல் வாய்ந்தது என்று எலிக்குப் புரிந்தது. எனவே அது ஒரு எலியைத் திருமணம் செய்து கொண்டது.

★

டாஃபீத் ஃபயத் / பாலஸ்தீனம்

பெண் குதிரை

“அப்பா, பெண் குதிரையை விற்றுவிடப் போகிறீர்களா?”

அபுஹுஸைசன் குகையின் வாசலில் நின்றுகொண்டிருந்த தனது மகனை நோக்கித் திரும்பினான். சிறுவனின் பார்வையில் ஆச்சர்யமும், ஆவலும் பளபளக்க, அவனது பார்வை அப்பாவின் கடுமையான முகத்திலிருந்து தீனித் தொட்டியின் முன்னால் நின்றிருந்த பெண் குதிரையின் கால்களின் மீது படர்ந்தது.

“அம்மா பக்கத்து வீட்டு உம் அஹமத்திடம் சொல்லிக் கொண்டிருந்ததை நான் கேட்டேனே.” அவன் மேலும் குழறினான். “அவர்கள் இருவரின் கண்களும் கண்ணீரால் குருடாயின.”

சிறியவனின் வினாவிற்கு ஒரு சிறு வார்த்தையோ, ஒரு சிறு தலையசைப்போகூட இல்லாமல், அபுஹுஸைசன் தனது பார்வையைத் திருப்பிக்கொண்டான். அவன் தனது நீளமான கோட்டு மடிப்பில் பார்லியை நிரப்பிக் கொண்டிருந்தான். இதற்குள் சிறுவன் தனது தம்பிகளை நோக்கி ஒரு தோல்வியடைந்த பார்வையை வீசினான். அவனையே உற்று நோக்கிக் கொண்டிருந்த அவர்களின் விழிகளுக்கு ஏமாற்றத்தையும் தோல்வியையும் தெரிவித்தான்.

அபுஹுசைன் தனது கோட்டு மடிப்பை முழுதாக நிரப்பிய பிறகு திரும்பத் திரும்பக் கனைத்த குதிரையின் முன்னால் இருந்த தீனித்தொட்டியை நோக்கிச் சென்றான். அங்கிருந்த வைக்கோலின் மீது பார்லியைப் பரப்பி நன்றாகக் கலந்து விட்டான். வழக்கமாகக் கொடுக்கும் பார்லியை விட அதிகமாகக் கொடுக்கிறோமோ என்று உறுதிப்படுத்திக் கொண்டான். காரணம், அந்தக் குதிரை வேகமாக ஓட வேண்டும். அப்போதுதான் சந்தைக்குச் சரியான நேரத்தில் போய் அந்தக் குதிரையை விற்கமுடியும்.

தீனித்தொட்டிக்குப் பக்கத்தில் இருந்த சிறு ஜன்னலுக்குச் சென்று. தீனியைக் கலக்கியதால் சட்டையில் ஒட்டிக் கொண்டிருந்த தூசு தும்புகளை உதறினான். அங்கிருந்து முரட்டுத்தனமான சீப்பு ஒன்றை எடுத்து குதிரையின் தங்க நிறப் பிடரியில் ஒட்டிக்கொண்டிருந்த சாணம் போன்றவற்றை சீவி விட்டான்.

குதிரையின் முதுகை நோக்கி சீப்பு சென்ற போது அவன் நரம்புகளில் ஒரு குளிர்ந்த வெடவெடப்பு பரவியது. தன்னுடன் விளையாடும் தன் குழந்தையைத் தனது பரந்த கையினால் தவறுதலாகக் காயப்படுத்திவிடும்போது தேவதை போன்ற அதன் முகத்தில் ஆச்சரியமான வலி பரவி, அப்பாவித்தனமான அதன் விழிகளில் மகிழ்ச்சி மறையும்போது தோன்றும் வலியைப் போன்ற ஒரு சோகம் அவனுக்குள் தோன்றியது.

அதன் முதுகில் தெரிந்த வீக்கத்தை அபுஹுசைன் வருத்தத்துடனும், இரக்கத்துடனும் பார்த்தான். தனது மற்றொரு கையை நீட்டி, சாம்பல் நிறமான ஒரு குட்டியைத் தாங்கி இருக்கக்கூடிய, மிருதுவான, வட்ட வடிவமான அதன் வயிற்றைத் தடவினான். அது ஒரு குட்டியை ஈனுமென்றால் அவனது பையன்கள் எவ்வளவு மகிழ்ச்சி அடைவார்கள்!

குறிப்பாக அபுஹுசைன், அந்தப் பெண் குதிரை குட்டி போடும் நாளை எதிர்பார்த்துக் கொண்டிருந்தான். அந்தக் குட்டி ஒரு நாள் ஜெயத் அல் ஹீலாலியின் குதிரையைப் போன்றோ அல்லது வெண்மையான கால்களைக் கொண்ட

கறுப்புநிறக் குட்டியாகவோ இருந்துவிட்டால், அதனை அவன் ‘அல் அப்ஜார்’ - பயில்வான் - என்று அழைப்பான். அப்படி அழைத்தால்தான், அது குளிர்கால இரவின் கணப்பு நெருப்பின் அருகில் அவனது தாத்தா அடிக்கடி சொன்ன அன்ட்டாராவின் வலிமையான குதிரையைப் போல பலமாகவும், வேகமாகவும் வளரும். அது குட்டி ஈனவேண்டுமென்றும், தன் மகன் ஒரு கட்டான இளைஞனாக வளரும்போது இரண்டாண்டுகளில் அதன்மீது எப்படி ஏறுவான் என்றும் அவன் எப்படியெல்லாம் ஆசைப்பட்டிருக்கிறான். ஆனால் சக்திமிக்க ஒரு குதிரையைப் பழக்குவது என்பது அவ்வளவு எளிதான செயல் அல்ல. குதிரைகளின் பண்புகளையும், அவற்றின் அப்போதைய மனோநிலைகளையும் அறிந்து அனுபவப்பட்டவர்களால்தான் அது முடியும்.

அவனது சொரசொரப்பான உள்ளங்கை குதிரையின் வயிற்றில் சரிந்து, அதன் அடிப்பக்கத்தைத் தடவி அதன் பால்மடியைத் தொட்டு நின்றது. அவை எவ்வளவு வீங்கிப்போயிருக்கின்றன என்று வியந்தான். அவை வெடித்துவிடத் தயாராயிருப்பது போலிருந்தன. அதன் காம்புகளை மிருதுவாகத் தடவி இன்னும் எத்தனை நாட்களில் அது குட்டி ஈனும் என்று பார்த்தான். பிறகு நிமிர்ந்து அதன் கழுத்தைத் தட்டிக் கொடுத்துக்கொண்டே தீனித் தொட்டியின் தீனியை மீண்டும் கலக்கி விட்டான். அவன் முகம் வருத்தத்தில் மூழ்கி இருந்தது. கண்கள் கண்ணீரில் நீந்தின.

நாளை குதிரையை விற்றுவிடப்போகிறான் என்று இருக்கும்போது இதற்கெல்லாம் என்ன பொருள்? அது எந்தக் குட்டியை ஈன்றால் என்ன? அவன் மகனின் குரல் காதில் ஒலித்தது.

“அப்பா பெண் குதிரையை விற்றுவிடப் போகிறீர்களா?”

தீனித்தொட்டியின் ஒரு மூலையில் அமர்ந்து, சிகரெட் ஒன்றை நடுங்கும் விரல்களில் உருட்டிக்கொண்டு அவனது மனக்கவலையை சிகரெட் பிடித்துத் தளர்த்திக்கொள்ள

நினைத்தான். இப்போது அவனது வாழ்க்கையின் கடைசி நம்பிக்கையும் சாகப்போகிறது.

நாளைக்கு அந்தப் பெண் குதிரையை அவன் விற்கப்போகிறான். அவனது நிலம் அவனிடமிருந்து பிடுங்கப்பட்டுவிட்டது. இந்த நிலையில் அந்தக் குதிரை இருந்துதான் என்ன பயன்? அந்த நிலத்தை மீட்பதற்காக அவன் எடுத்த எல்லா முயற்சிகளையும் மீறி அவன் பேச்சை யாரும் செவிமடுக்கவில்லை. அதுதான் சட்டம்! அதுதான் அரசாங்கத்தின் பதில். அவன் அதனைச் சிறிதும் நம்பவில்லை. புருவ வேர்வையைச் சிந்தி நீண்டநாள் உழைத்ததின் விளைவாக அவன் அந்த நிலத்தைத் திருத்தினான். தனது உடம்பின் மணம் அந்த நிலத்திலிருந்து எழுவதை அவன் முகர்வது போல அவர்களால் முகரமுடியாது.

இனி அவன் தனது மண்வெட்டியை எடுத்துக் கொண்டு ஆத்மா முழுவதும் மகிழ்ச்சியில் நிரம்பி இருக்க, வசந்தகாலக் காற்று சுற்றிலும் நடனமாட அவனது பச்சை வயலைச் சுற்றித் திரிய முடியாது. அந்த அறுவடை நாள்கள்! அவையும் கூட திரும்பிவரப் போவதில்லை. வயல் தங்கநிறமாக மாறி விடும்போது, கோதுமை மணிகளைத் திரட்டுவதற்காக, அரிவாளுடன் மனைவி மக்களுடன் அவன் விரைந்து செல்லுவான். அவனது முற்றம் கோதுமை மணிகளால் நிரம்பி இருக்க, அவனது குழந்தைகள் களத்துமேட்டில் விளையாடுவதைப் பார்த்து அவனது மனம் மகிழ்ச்சியால் நிரம்பும். இவை எல்லாவற்றிற்கும் இதுதான் முடிவா?

அவன் பழகியிருந்த இந்த மொத்த வாழ்க்கையும் எப்படி ஒரேயடியாகப் பறிக்கப்படலாம்? தலை நரைத்துப்போன இந்த வயதில் இதற்குப்பிறகு அவன் என்ன செய்வான்? நிலத்தில் உழைப்பதைத் தவிர வேறெதுவும் அறியாத குழந்தைகளை இனி யார் கவனித்துக் கொள்வார்கள்? இல்லை... இது நடக்கக்கூடாது. அவன் அவர்களுக்குக் கொடுத்த வாழ்க்கை தொடர வேண்டும். அவன்தான் அவர்களுக்கு உயிர்கொடுத்தவன் என்பதில்லை. அவர்கள் ஒரு வெளிச்சத்தைக் காணும் வரையிலும் அவர்களது கையைப் பிடித்து அவன் அழைத்துச் செல்ல வேண்டும்.

அவன் குதிரையை விற்கப்போவது இல்லை. தன் நிலத்தின் சிறு அங்குலம் கூட கொள்ளையடிக்க விடப் போவதில்லை. அவன் அதனை வைத்துக் கொள்ளப் போராடி இருக்கிறான். போரினால் எல்லோரும் நிலங்களை விட்டுச் சென்று விட்டபோதிலும், அவன் மட்டும் அதனுடன் ஒட்டிக்கொண்டு இருந்திருக்கிறான். இப்போது அவன் மீண்டும் தனது இறுதி மூச்சுவரை அதனுடன் ஒட்டிக்கொண்டு இருக்கப் போகிறான். அதனை விட்டுக்கொடுப்பது என்பது நடவாத காரியம். அவன் இறுதியில் வென்றே தீர வேண்டும்.

அவன் மனைவி உம்ஹுசைனின் குரல் சாப்பிட அழைப்பதைச் செவிமடுத்தான். எழுந்து நின்று குதிரையை அன்புடன் தட்டிக் கொடுத்த பிறகு குகைவாயிலை நோக்கி நடந்தான். விடை பெறுவதற்கான ஒரு புன்னகையைக் குதிரைக்குக் கொடுத்த பிறகு அவன் குகையின் கதவை மூடினான். பிறகு சாப்பாட்டு மேசையைச் சுற்றி குழந்தைகளுடன் தனக்காகக் காத்திருக்கும் உம்ஹுசைனிடம் சென்றான்.

நடு இரவில் உம்ஹுசைனும், குழந்தைகளும் கனவுலகில் ஆழ்ந்து கிடந்தபோது அபுஹுசைன் நிலவின் பளிச்சென்ற வெளிச்சத்தில், குகைவாயிலில் சாம்பல் நிறக் குதிரைக் குட்டியை அணைத்துக் கொண்டிருந்தான். அவனது உதடுகள் பெண் குதிரையின் நெற்றியில் ஒரு முத்தத்தைப் பதித்தபோது, குதிரை தனது வயிற்றில் இருக்கும் பெண் குதிரையின் நெற்றியில் இருக்கும் வெள்ளைப் பொட்டில் தனது முதல் முத்தத்தைக் கொடுக்க தனது தலையைத் தாழ்த்தியது.

★

ஃபெஸ்-ச்சி / சீனம்

நாய்க்குட்டி

நீ பிறந்தநாள் தொட்டு
இடையின்றிப் பெய்தது மழை
அரை மாதமாக

ஈரத்தையும் மேகமூட்டத்தையும் தவிர
வேறொன்றையும் நீ அறியவில்லை

இப்போது கடைசியாக
மேகம் சூழ்ந்த வான் தெளிவடைந்தது

சுவர் முழுவதும் சூரியன் பிரகாசிக்கிறது

உனது மொத்த உடலும் முதல் முறையாக
ஒளியிலும், வெதுவெதுப்பிலும் ஊறுவதற்காக
உனது தாய்
உன்னை வாயில் கவ்விக் கொண்டு
சூரியனிடம் எடுத்துச் செல்கிறது
உனக்கு இவை நினைவிருக்காது
ஆனால் இந்த அனுபவங்கள் அனைத்தும்
உன் எதிர்கால குரைப்பொலியின்
ஒரு பகுதியாகிவிடும்
நீ
இருளின் ஆழங்களுக்குள்
வெளிச்சத்தைக் குரைப்பாய்

★

எரிக் எஸ் என்குமார்யோ / டான்சானியா

விதைத்து விடு

காட்டுப் புல்லின் விதையைப் போல்
நான் உன் ஆடையைப் பற்றிக் கொள்வேன்

எனது தொடர்ந்த வேண்டுதலை
ஒரு பிரார்த்தனையாகச் சொல்வேன்

உன் ஆடையிலிருந்து விலக்கிவிடும்
ஒரு உதறலாகவோ
நெருப்பில் என்னைத் தூக்கிப் போடும்
ஒரு எறிதலாகவோ
நீ என்னைச் சந்திக்காமல் இருக்க விடு
ஆனால்
உனக்குப் பிடித்தமான
செழிப்பான நிலத்தில்

என்னை
விதைத்து விடு

★

சிடோர் சிட்டுமொராங் / சுபத்ரா

குழந்தையும் காலமும்

குழந்தை கடிகாரத்தைப் பார்ப்பதற்காக
நின்றது

அமைதியாக நின்று யோசிக்க
இரவும், பகலும் ஒலிக்கும் அதன்
ஓசையினால் ஒருகணம் தொல்லைக்குள்ளானது

ஆனால் குழந்தை கேட்க விரும்பவில்லை
வேகமாக விளையாட்டிற்குத் திரும்பி
அது கேட்க நினைத்ததை மறந்தது

காலம் எதற்காக இருக்கிறது?
அப்பா களைப்பாகப் படுக்கிறார்.
அவர் குரல் காலத்துடன் ஒட்டிக் கொண்டது
அவர் நினைவுகள் தொடர்ந்தன.

அவருக்கு எது தெரியாதோ அந்தக் காரணத்தால்

★

எட்வின் தம்பு / சிங்கப்பூர்

மமதையில்லாத சொற்கள்

சொற்கள் ஆபத்தானைவை...
குறிப்பாக எளிமையான சொற்கள்

மற்றவர்களுக்காகவும்,
விரும்பத்தகாத உறவினர்களுக்காகவும்,
இன்னும் பல காரணங்களுக்காகவும் விட்டுச் செல்லப்படும்
எளிமையான சொற்கள்

அவை எளிதில் புரிந்து கொள்ளப்படுகின்றன.

துண்டாடப்படுகின்றன. ஒருவிதப்புரிதலுடன்
ஏற்றுக் கொள்ளப்படுகின்றன
கவனமாக உதாசீனப்படுத்தப்படுகின்றன
அவற்றின் எளிமை சிக்கலாகி விடுகிறது.

நீங்கள் சொல்கிறீர்கள்

“தயவு செய்து அவரிடம் சொல்லுங்கள்
கோபம் நட்பைச் செயலிழக்கச் செய்து விடுகிறதென்று”
அல்லது

"தயவுசெய்து வாருங்கள்
காய்ச்சல் விலகிய பின்னால்"
பணிவாகவும், கவனமாகவும், வெளிப்படையாகவும்,
மற்றவர்களின் நிலைமை அறிந்தும்
சரியான தொனியைத் தேர்ந்தெடுத்தும் நீங்கள்
சொல்கிற போது
நீங்கள் சொன்னதாகச் சொல்லப்படுவதெல்லாம்
"அவன் மாட்டான்..."

சொற்கள் சரியானவையோ, கருணையானவையோ
அல்லது தீய தன்மை கொண்டவையோ அல்ல.
பயன்படுத்தப்பட்டாலொழிய
வற்புறுத்தப்பட்டாலொழிய
உரையாடல்களில் இறக்குமதி செய்யப்பட்டாலொழிய
அவற்றிற்கென்று எதுவும் இல்லை.

கோபத்தின் பகுதியாக,
சிரிப்பின் பகுதியாக

காயம்பட்டதாக
அந்தந்த மனநிலைக்கும், சைகை மொழிக்கும்
அணி சேர்ப்பதாக அவை மாற வேண்டும்

சொற்கள் சொற்கள்தான்.
நாமில்லாமல்
அவற்றிற்கென்று தனி ஆளுமை இல்லை.

★

ஷிம் ஹீன் / கொரியா

அந்த நாள் வரும்போது

அந்த நாள் வரும் போது
சம்கக் மலை எழுந்து நடனமாடும்
ஹான் தண்ணீர் எழுந்து விடும்.

நான் அழிவதற்கு முன் அந்த நாள் வருமென்றால்
இரவு நேரத்துக் காக்கையைப் போல
நான் எழுந்து பறப்பேன்.
சாங்னோ மணியை எனது தலையில் அடிப்பேன்.
என் மண்டை ஓடு சிதறத்தான் செய்யும்
ஆனால் நான் மகிழ்ச்சியாக சாவேன்.

கடைசியாக
அந்த நாள் வந்தே விடுமென்றால்
காலையில் உருண்டு குதித்து, கத்துவேன்
மகிழ்ச்சி கொண்டிருக்குமென்றால்
நான் ஒரு கத்தியை எடுத்து
என் தோலை உரித்து விடுவேன்.
பேரணியில்
அந்த மந்திர சக்தி மிக்க முரசை
அறைந்து கொண்டு அணிவகுத்துச் செல்வேன்.
ஓ, ஊர்வலமே!
இடிபோல் முழங்கும் அந்த ஓசையை
ஒரு முறையாவது கேட்க விடு
என் விழிகள் அப்போதுதான் மூட முடியும்.

★

ஹோச்சி ஃபேஸ் / சீனம்

இரவுப்பாடல் – 1

மீண்டும் ஒரு முறை
கனவுகளிலிருந்து விழித்தெழு.
பழைய நாள்களை மீண்டும் நினைவுக்குக்
கொண்டு வா.

கண்ணீர் தலையணை மீது விழுகிறது
அதில் பாவம் ஏதுமில்லை.
கண்ணீரில் ஆனந்தக் கண்ணீரும், துயரக்கண்ணீரும்
மிருதுவான கண்ணீரும், புகழின் கண்ணீரும் கூட உண்டு

மனிதர்களைப் புகழ்ந்து கொண்டே வளர்ந்து
இளமையாக, இன்னமும் சிறுவனாகவே
இருக்கிறவனே.
நீ ஏன் கனவுகளில் அழுகிறாய்?

நெருப்பின் மீது இருப்பதாகவும்
அதன் தீச்சுவாலை உன் மீது வீசுவதாகவும்
நீ சொல்கிறாய்.

மெய்யறிவு துயரம் தரக்கூடியது என்றும்
அழகில் துன்பம் இருப்பதாகவும்
நீ சொல்கிறாய்
நான் சொல்கிறேன்

துயரத்தில் மெய்யறிவு ஏதுமில்லை
அழகைச் சிந்திப்பதில் அழகு.

★

சிடோர் சிட்டுமொராங் சுபத்ரா

பாடபேதம் – 1

ஆன்மாவின் அடி ஆழத்தில்
குழிவான ஒரு வானம்
பாடல்களாலும், இனிமையான வார்த்தைகளாலும்
நிரம்பி இருக்கிறது

தெளிவற்ற, துக்கப்படுகிற
மேலும் மேலும் குழிவானதாக மாறுகிற
மூடுபனியினால் எப்போதும் மூடப்பட்ட ஒரு கண்டம்.

பாடபேதம்–II

இதயத்தின் அடி ஆழத்தில் ஒரு சிறு நாடு
இனிமையான வார்த்தைகளுடன் கூடிய
பாடல்களால் நிரம்பியது
மழைத்தூறலினால் எப்போதும்
மறைந்திருக்கும் ஒரு உலகம்
தெளிவற்றதாக
இனிமையாகப் பேசி இணங்க வைப்பதாக
ஒவ்வொரு நாளும்
சிறிதாகவே போய்க் கொண்டு...

★

மஹ்மூத் தார்விஷ் / பாலஸ்தீனம்

அகதியின் குரல்

அன்புள்ள அம்மா
வாழ்த்துகளும், முத்தங்களும்
வார்த்தைகள் வீண்
எப்படித் தொடங்குவது
எங்கே முடிப்பது
காலச்சக்கரம் சுழன்று கொண்டே போகிறது
நான் குளிரில் இருக்கிறேன்
தனிமையாக இருக்கிறேன்

ஒரு ரொட்டி மண்டைதான் இருக்கிறது
ஒரு கொத்து அன்பு, ஒரு நோட்டுப் புத்தகம்
என் இதயச்சுமையை
அதுதான் பகிர்ந்து கொள்கிறது
என் விரோதத்தைப்
பெருக்கெடுத்து ஓடாமல் தடுக்கிறது

எப்படித் தொடங்குவது
எல்லாமே சொல்லப்பட்டு விட்டது
அல்லது சொல்லப்பட்டு விடும்

ஒரு அணைப்புடனோ, ஒரு தொடுதலுடனோ
அது முடியப்போவதில்லை
அல்லது அது ஒரு அகதியின் வீட்டைக்
கொண்டு வரப் போவது இல்லை
அல்லது
பறக்க யத்தனிக்கும் இளஞ்சிறகை அது
எழுப்பப் போவதில்லை

எப்படித் தொடங்குவது
வாழ்த்து, ஒரு முத்தம்
பிறகு என்ன
நான் வானொலிப் பெட்டியிடம் சொல்கிறேன்.

வானொலியே
நான் நலமாயிருப்பதாகச் சொல்ல மறக்காதே
நான் இன்னமும் பொருள்களைப்
பார்க்க முடிகிறது
நிலவு இன்னமும் காய்கிறது
நான் என் பழைய சட்டையை
அணிந்திருக்கிறேன்
அதன் கைகள் கிழிந்துள்ளன.
ஆனால் அதை நான் ஒட்டுப் போட்டிருக்கிறேன்
அது சரியாக இருக்கிறது

நான் ஒரு பெரிய மனிதனாக வளர்ந்து விட்டேன்
நினைத்துப் பாருங்கள்
நான் இன்று இருபது வயது மனிதன்
நான் எல்லா மனிதர்களைப் போலவும்
இருக்கிறேன் அம்மா
நான் வாழ்க்கையைச் சந்தித்திருக்கிறேன்
பெரியவர்கள் தூக்கிச் செல்வது போல
கனமானவற்றைத் தூக்கிச் செல்கிறேன்
நான் ஓட்டலில் வேலை செய்கிறேன்
நான் தட்டு கழுவுகிறேன்
நான் வாடிக்கையாளர்களுக்கு காபி போடுகிறேன்

அவர்களை மகிழ்விக்க
புன்னகையை முகத்தில் பொருத்திக் கொள்கிறேன்
எல்லா மனிதர்களைப் போல

அம்மா
எல்லா இருபது வயதுக்காரர்களைப் போலவும்
நான் புகை பிடிக்கிறேன்
சுவரின் மீது சாய்ந்து கொண்டு
அழகான பெண்களுக்காகப் பெருமூச்சு விடுகிறேன்

ஒரு நண்பன் ஒரு முறை கேட்டான்
“உனக்கு ஒரு ரொட்டித்துண்டு வேண்டுமா?
நான் பசியாயிருக்கிறேன்” என்றான் அவன்

ஓ, அம்மா
எல்லா இரவும் பட்டினியாய்த் தூங்கினால்
ஒருவன் ஏன் மனிதனாக இருக்க வேண்டும்
வானொலியில் கேட்டேன்

அகதிகள் ஒருவருக்கொருவர்
சொல்லிக்கொண்ட வாழ்த்துகளை
எல்லோரும் சொன்னார்கள்
நாங்கள் அனைவரும் நலம்
யாருமே சோகமாக இல்லை
அம்மா நீயே சொல்
அப்பா இன்னமும்
வழிபடுகிறாரா, குடிக்கிறாரா?
குழந்தைகளையும், ஆலிவ் மரத்தையும் நேசிக்கிறாரா?
என் சகோதரர்கள் வேலை செய்கிறார்களா?
அவர்கள் ஆசிரியர்களாக வேண்டும் என்று
அப்பா சொல்லி நான் கேட்டிருக்கிறேன்
நான் அவர்களுக்குப் புத்தகம் வாங்க
பட்டினி கிடக்கிறேன்
என் குட்டித் தங்கை
பெரியவளாகி கடிதங்கள் பெறுகிறாளா?
பாட்டி இன்னமும்

சூரிய ஒளி படரும் வாசலில்
இடது, வலது பக்கங்களில் ஆசீர்வதித்துக் கொண்டிருக்கிறாளா?

பழைய வீடு
மிருதுவான வாசல் அகன்ற கதவுகள்

நான் வானொலியில் செய்தி கேட்டேன்
அகதிகள் ஒருவருக்கொருவர் சொல்லிக் கொண்டனர்

எல்லோரும் சொல்கிறார்கள்
அவர்கள் எல்லோரும் நலமென்று
ஆனால்
என் அன்பு அம்மாவே
நான் சோகமாயிருக்கிறேன்
கெட்ட எண்ணங்களால் துரத்தப்படுகிறேன்
உங்கள் யாரிடமிருந்தும்
வானொலி
எனக்காகச் செய்தி கொண்டு வரவில்லை

கெட்ட செய்தி கூடக்
கொண்டு வரவில்லை.

லியோபோல்டு செடார் செங்கோர் / செனிகால்

துரத்தும் காதலி

காலத்தின் அடர்ந்த புதர்களில்
அவள் இரக்கமின்றி என்னைத் துரத்துகிறாள்
எனது கருப்பு ரத்தம்
கும்பலிலும் நுழைந்து
வெள்ளை இரவு தூங்கும் வெறுமையான கானகங்களுக்கு
என்னை வேட்டையாடித் துரத்துகிறது.
சில நேரங்களில் நான் தெருக்களில் திரும்பி
பனைமரம் காற்றில் சிரிப்பதைப் பார்க்கிறேன்
அவளது குரல்
சிறகசைப்பின் மிருதுவான உச்சரிப்போடு
என்னைத் தடவிச் செல்கிறது
"ஆமாம், இது சிக்ரைரே தான்"
என்று சொல்கிறது.

நீலக்கணக்கில் சூரியன் மறைவதைப் பார்த்தேன்
சீவ்ஸ்சில், பாபிலோனில்
பாலஸ்கரில், ஆம்பரில், காங்கேவில்
என்னிடம் பேசியது
நேற்று தேவாலயத்தில் அவளது விழிகள்
எரியும் மெழுகுவர்த்தி போல பளபளத்தன

அவள் தோலில் செம்பு இருந்தது
என் கடவுளே, கடவுளே
ஏன் எனது பலகடவுள் கொள்கை உணர்வைக்
கிழித்து என்னிடமிருந்து கூக்குரல் எழச் செய்கிறாய்

ஊஞ்சலாட்டமற்ற, வெறுமையான உன் ஐயங்களை
என்னால் பாட முடியாது
அதை என்னால் ஆடமுடியாது
சில நேரங்களில்
சலித்துப் போன ஜன்னல் சட்டங்களில்
ஒரு மேகமோ, பட்டாம்பூச்சியோ, மழைத்துளியோ
காலத்தின் பெரு வெளியில்
இரக்கமின்றி அவள் என்னைத் துரத்துகிறாள்.
எனது கருப்பு ரத்தம்
இரவின் தனிமையான இதயத்திற்கு
என்னை வேட்டையாடித் துரத்துகிறது.

★

மாசே துங் / சீனம்

இலக்கியமும் மக்களும்

கடந்த காலத்தில் சில தோழர்கள், இலக்கியத்தை மக்களிடம் பிரபல்யப்படுத்துவதைச் சிறிதளவு அல்லது முழுமையான அளவுக்குக் குறைத்து மதித்தார்கள் அல்லது முற்றிலுமாக விலக்கினார்கள்; தரத்தை உயர்த்துவதை வற்புறுத்தினார்கள். தரத்தை உயர்த்துவது என்பது வலியுறுத்தப்பட வேண்டும் என்றாலும் கூட ஒருதலைப்பட்சமாகவும், முழுவதுமாகவும் அதை அதிகமாக வற்புறுத்துவது என்பது தவறு.

"யாருக்காக?" என்ற பிரச்சினைக்கான தெளிவான தீர்வும் கூட, இது சம்பந்தமாக உருவெடுக்கிறது. "யாருக்காக?" என்கிற பிரச்சினை குறித்து இந்தத் தோழர்கள் தெளிவாக இல்லாமையால். "தரத்தை உயர்த்துவது" மற்றும் "பிரபல்யப்படுத்துவது" குறித்த அளவுகோல்கள் உறவுமுறையைக் கண்டுபிடிக்க மிகக் குறைந்த ஆற்றல் கொண்டிருக்கிறார்கள்.

இலக்கியமும், கலையும் அடிப்படையில் தொழிலாளிகளுக்-காகவும், விவசாயிகளுக்காகவும் போர் வீரர்களுக்காகவும் படைக்கப்படுவது. "பிரபல்யப்படுத்துவது" என்பது இவர்கள் மத்தியில் பிரபல்யப்படுத்துவது - "தரத்தை உயர்த்துவது" என்பது அவர்களது தற்கால நிலையை உயர்த்துவது என்பதாகும்.

அவர்கள் மத்தியில் எதைப் பிரபல்யப்படுத்துவது? எது தேவைப்படுகிறதோ, எது நிலக்கிழார் வர்க்கத்தால் உடனுக்குடன் ஒப்புக்கொள்ளப்படுமோ அதைப் பிரபல்யப்படுத்துவதா? எது பூர்ஷ்வாக்களுக்குத் தேவைப்படுகிறதோ, எது அவர்களால் உடனே ஒப்புக்கொள்ளப்படுமோ அதைப் பிரபல்யப்படுத்துவதா? எது சிறு பூர்ஷ்வா அறிவு ஜீவிகளுக்குத் தேவைப்படுகிறதோ, எது அவர்களால் ஒப்புக் கொள்ளப்படுமோ அதைப் பிரபல்யப்படுத்துவதா?

இல்லை, இவை அனைத்தும் அல்ல. தொழிலாளிகளுக்கும், விவசாயிகளுக்கும், போலீஸ்காரர்களுக்கும் எது தேவைப்படுகிறதோ, எது அவர்களால் உடனே ஒப்புக் கொள்ளப்படுமோ அதைப் பிரபல்யப்படுத்துவதுதான் நாம் செய்ய வேண்டியது. மாறாக தொழிலாளிகளுக்கும், விவசாயிகளுக்கும், போர் வீரர்களுக்கும் நாம் கற்றுக்கொடுக்கும் கடினமான வேலைக்கு முன்னால், அவர்களிடமிருந்து கற்றுக்கொள்ள வேண்டிய கடினமான பணி இருக்கிறது. தரத்தை உயர்த்துவதைக் காட்டிலும் இது மிகவும் உண்மையானதாகும். நாம் எதை உயர்த்துவது என்பது குறித்தும் ஒரு அடிப்படைத் தேவை.

ஒரு வாளித் தண்ணீரை உதாரணமாக எடுத்துக் கொள்வோம். அதை பூமியிலிருந்து உயர்த்துவது என்பது தவிர வேறு எங்கிருந்து உயர்த்துவது. நடுவிலிருக்கும் வெறும் காற்றிலிருந்தா? இலக்கியமும் கலையும் எந்த அடிப்படையிலிருந்து உயர்த்தப்படவேண்டும்? ஆளும் வர்க்கத்தின் அடிப்படையிலிருந்தா? பூர்ஷ்வாக்களின் அடிப்படையிலிருந்தா? சிறு பூர்ஷ்வா அறிவுஜீவிகளின் அடிப்படையிலிருந்தா? இல்லை. இவை எவற்றிலிருந்தும் அல்ல. தொழிலாளிகள், விவசாயிகள், போர் வீரர்கள் ஆகியவர்களின் அடிப்படையிலிருந்து மட்டும்தான் உயர்த்தப்பட வேண்டும். தொழிலாளிகளை, விவசாயிகளை, போர்வீரர்களை ஆளும் வர்க்கத்தின், பூர்ஷ்வாக்களின், சிறிய பூர்ஷ்வா அறிவுஜீவிகளின் உயரத்திற்கு உயர்த்துவதும் அல்ல; இதன் பொருள் தொழிலாளிகளும், விவசாயிகளும், போர்வீரர்களும் உழைக்கும்

மக்களுக்குள் முன்னேறும் திசையில் செல்லும் தளத்திற்கு உயர்த்துவது ஆகும். இங்கேயும் தொழிலாளிகளிடமிருந்தும் விவசாயிகளிடமிருந்தும், போர் வீரர்களிடமிருந்தும் கற்றுக் கொள்வது என்பது வருகிறது. தொழிலாளிகளிடமிருந்தும், விவசாயிகளிடமிருந்தும், போர் வீரர்களிடமிருந்தும் தொடங்குவதின் மூலமாகத்தான் 'பிரபல்யப்படுத்துவது' என்பதையும், 'தரத்தை உயர்த்துவது' என்பதையும், இவை இரண்டிற்குமுள்ள உறவு முறையையும் நாம் புரிந்துகொள்ள முடியும்.

எல்லா இலக்கியத்தின், கலையின் ஊற்றுக்கண்ணாக இருப்பது எது? இலக்கிய, கலைப்படைப்புகள், ஒரு கோட்பாடு வடிவங்கள் என்ற முறையில் ஒரு குறிப்பிட்ட சமுதாயத்தின், வாழ்க்கையின், மூளையின் வெளிப்பாட்டிலிருந்தே உற்பத்தியாகிறவை. புரட்சிகர இலக்கியமும் கலையும் புரட்சிகர எழுத்தாளர்களின், கலைஞர்களின் மூளையிலிருந்து வெளிப்படும் மக்கள் வாழ்க்கை பற்றிய வெளிப்பாடு. மக்களின் வாழ்க்கையே இலக்கியம், கலைக்கான கச்சாப் பொருள்கள் கிடக்கும் சுரங்கம்; இயற்கையான வடிவில் இருக்கும் கச்சாப்பொருள்கள், மிகவும் ஒழுங்கு செய்யப்படாத, ஆனால் அவசியமானதும், செழிப்பானதும், அடிப்படையானதுமான கச்சாப்பொருள்கள். ஒப்புநோக்கும்போது வெளிறிப்போனவையாகத் தெரியும் இலக்கியம், கலை ஆகியவற்றை இவை உருவாக்குகின்றன. இலக்கியம், கலைக்கு எடுக்க எடுக்கக் குன்றாத, ஒரே ஒரு ஊற்றுக்கண்ணாக இருப்பது இதுவே. வேறொரு ஊற்றுக்கண் இருக்க முடியாது என்பதால், ஒரே ஒரு ஊற்றுக்கண்.

சிலர் வினவலாம்; புத்தகங்களில், பழங்கால இலக்கியம், கலைப்படைப்புகளில், வெளிநாட்டு இலக்கிய, கலைப்படைப்புகளில் மற்றொரு ஊற்றுக்கண் இல்லையா? சொல்லப்போனால், கடந்த காலத்தின் இலக்கியமும், கலையும் ஊற்றுக்கண் அல்ல. அது ஒரு நீரோடை. நமது முன்னோர்களாலும், வெளிநாட்டவர்களாலும் அவர்களது காலம், இடம் ஆகியவற்றிலிருந்து பெறப்பட்ட இலக்கிய, கலை கச்சாப் பொருள்களிலிருந்து படைக்கப்பட்டவை.

நாம் நமது பாரம்பரியமான இலக்கிய, கலை மரபுகளிலிருந்து அபூர்வமானவைகளை விமர்சனபூர்வமாக எடுத்துக் கொள்ள வேண்டும். பயனுள்ளவைகளை ஒன்றிணைக்க வேண்டும். நமக்குச் சொந்தமான காலத்திலிருந்தும், வாழ்க்கையிலிருந்தும் நமது படைப்புகளைச் செய்கிறபோது எடுத்துக்காட்டுகளாகப் பயன்படுத்த வேண்டும். நம்மிடம் அத்தகைய எடுத்துக்காட்டுகள் உள்ளனவா, இல்லையா என்பதில் வித்தியாசம் இருக்கிறது. ஒழுங்கற்றவைகளுக்கும், செம்மைப்படுத்தப்பட்டவைகளுக்கும், சொரசொரப்பானவைகளுக்கும், வழுவழுப்பானவைகளுக்கும், தாழ்ந்தவைகளுக்கும், உயர்ந்தவைகளுக்கும், மெதுவானவை களுக்கும், வேகமானவைகளுக்கும் இங்கே வித்தியாசம் இருக்கிறது.

ஆகையால், எந்தக் காரணத்தாலும் நமது அல்லது வெளிநாட்டவர்களது பழங்கால மரபுகளைத் தள்ளிவைக்கக் கூடாது; அவை ஆளும் வர்க்கத்தின், பூர்ஷ்வாக்களின் படைப்புகளாக இருந்தாலும் அவற்றிலிருந்து கற்றுக் கொள்ள மறுத்துவிடக்கூடாது. பழைய மரபுகளை எடுத்துக் கொள்வதும், அவற்றை உதாரணமாகக் காட்டுவதும் நமது இன்றைய சொந்தப் படைப்புகளுக்கு மாதிரியாக முடியாது. எதுவும் அதைச் செய்ய முடியாது. பழைமையானவற்றையும், வெளிநாட்டவர்களுடையதையும் விமர்சனமற்ற முறையில் மாற்றித்தருவதும், போலி செய்வதும் இலக்கியத்தின் மிகவும் வறட்சியான, கேடு விளைவிக்கக்கூடிய மூடநம்பிக்கைகள் ஆகும்.

சீனாவின் புரட்சிகர எழுத்தாளர்களும், கலைஞர்களும், நம்பிக்கைதரக்கூடிய எழுத்தாளர்களும், கலைஞர்களும் மக்களிடம் செல்ல வேண்டும். மிக நீண்ட காலத்துக்கு, முழுமனதுடன், எந்தவிதத் தயக்கமுமின்றி தொழிலாளர்களின், விவசாயிகளின், போர்வீரர்கள் கும்பலுக்குள் போக வேண்டும். போராட்டத்தின் கனவுக்குள், ஒரே ஒரு ஊற்றுக்கண்ணுக்குள் போக வேண்டும். எல்லா வகை மக்களையும் ஆராய்வதற்காக, வாழ்க்கையின், போராட்டத்தின் எல்லாவகையையும், இலக்கியம், கலை ஆகியவற்றின் ஊற்றுக்கண்ணாக இருக்கிற

எல்லாவற்றையும் கவனிப்பதற்காக, அனுபவப்படுவதற்காக, படித்துக்கொள்வதற்காகப் போக வேண்டும். அப்போதுதான் அவர்கள் படைப்புச் செயலில் தொடர்ந்து முன்னேற முடியும். இல்லையெனில் லூசுன் (மாபெரும் எழுத்தாளன்) தன்னுடைய உயிலில் யாராக மாறக்கூடாது என்று தனது மகனுக்கு எழுதிவைத்தாரோ அத்தகைய எழுதுவதற்கு ஏதுமற்ற, போலியான எழுத்தாளனாகவோ, கலைஞனாகவோ போக நேரிடும்.

இலக்கியம், கலை ஆகியவற்றின் ஒரே ஊற்றுக்கண்ணாக இருப்பதும், உள்ளடக்கத்தில் உயிர்த்துடிப்பும், செழிப்புமுள்ளதாக இருப்பதும், மனிதனின் சமூக வாழ்க்கைதான் என்றபோதிலும் மக்கள் வாழ்க்கையோடு மட்டும் திருப்தி அடைவது இல்லை. அவர்களுக்கு இலக்கியம், கலை ஆகியவை தேவைப்படுகிறது. இது ஏன்? இரண்டுமே அழகானவையாக இருந்தபோதிலும், இலக்கியம், கலை ஆகிய படைப்புகளில் பிரதிபலிக்கப்படும் வாழ்க்கையானது உயர்ந்த தளத்திலும், அதிக ஆழமுள்ளதாகவும், அதிகமாக ஊன்றி. கவனிக்கப்படுவதாகவும், மிகவும் வகை மாதிரியானதாகவும், இலட்சியத்திற்கு மிக அருகாமையில் உள்ளதாகவும் இருக்கத்தான் வேண்டும். இதனால்தான் கலை, இலக்கியப் படைப்புகள் அன்றாட யதார்த்த வாழ்க்கையைக் காட்டிலும் அதிக சர்வதேசத் தன்மை கொண்டதாக இருக்கிறது. புரட்சிகர கலை, இலக்கியப் படைப்புகள் உண்மை வாழ்க்கையிலிருந்து பலவிதமான கதாபாத்திரங்களை உருவாக்கி, மக்கள் வரலாற்றை முன்னெடுத்துச் செல்ல உதவ வேண்டும். உதாரணமாக பசி, குளிர், ஆதிக்கம் ஆகியவற்றின் துயரம் ஒருபுறம் இருக்க, மனிதனை மனிதனே சுரண்டுவது மறுபுறம் இருக்கிறது. இவை எல்லா இடங்களிலும் உள்ளன என்பதால் மக்கள் இவற்றைச் சாதாரணமானவைகளாகக் கருதுகிறார்கள். எழுத்தாளர்களும், கலைஞர்களும், அத்தகைய அன்றாடச் செயல்களின் மீது கவனம் செலுத்தி, அவற்றுக்குள் இருக்கும் முரண்பாடுகளையும், போராட்டங்களையும் வகைபிரித்துக் காட்ட வேண்டும்; மக்களை விழிப்படையச் செய்ய வேண்டும். உற்சாகத்தினால் எரிக்க வேண்டும். ஒன்றாகச் சேர்ந்து போராடி சூழலை மாற்றுவதற்குத் தூண்ட வேண்டும்.

கலை, இலக்கியத்தின் தரத்தை உயர்த்துவது, அதைப் பிரபலப்படுத்துவது என்றால் என்ன? இந்த இரண்டு கடினமான செயல்களுக்கிடையிலான உறவு என்ன? பிரபலமான படைப்புகள் எளிமையாகவும், வெளிப்படையாகவும் இருப்பதினால் பரந்துபட்ட இன்றைய பொதுமக்களால் உடனே அங்கீகரிக்கப்படக்கூடியவையாக உள்ளன. உயர்ந்த தரமுள்ள படைப்புகள் மிகவும் நாகரிகமானவைகளாகவும், படைப்பதற்குக் கடினமாகவும் உள்ளதால் இன்றுள்ள பொதுமக்களிடையே எளிதாகவும் வேகமாகவும் பரவுவது கடினம்.

தொழிலாளிகள், விவசாயிகள், போர் வீரர்கள் ஆகியவர்களை எதிர்கொள்ளும் பிரச்சினை இதுதான். அவர்கள் இன்று பகைவர்களுடன் கசப்பான, மோசமான ஒரு போராட்டத்தில் ஈடுபட்டுள்ளனர். பூர்ஷ்வா வகுப்பினரின், பண்ணையார்களின் நெடுங்கால ஆட்சியினால் எழுதப் படிக்கத் தெரியாதவர்களாகவும், படிப்பற்றவர்களாகவும் இருக்கிறார்கள். எனவே அவர்கள் எளிதில் புரிந்துகொள்ளக்கூடிய, அவர்களின் உடனடித் தேவையை நிறைவேற்றுகிற கலை இலக்கியங்களையும், விழிப்புணர்ச்சியையும், கல்வியையும் வேண்டுகிறார்கள். எதிரியை ஒரே இதயத்துடனும், ஒரே சிந்தனையுடனும் ஒற்றுமையை வலுப்படுத்தி, வெற்றியில் தன்னம்பிக்கையோடு போராடுவதற்கான உற்சாகத்தை அதிகப்படுத்த அவை தேவைப்படுகின்றன. அவர்களின் முதல் தரத் தேவை "துணிகளின் மீது பூவேலைப்பாடுகள்" அல்ல. "பனி விழும் பருவத்தில் கணப்பு நெருப்பு" தேவைப்படுகிறது. இன்றைய நிலையில், மக்களிடம் பிரபல்யப்படுத்துவது கடினமான வேலையாக இருக்கிறது. இதன் மதிப்பைக் குறைப்பதோ, இதைத் தவிர்ப்பதோ தவறானதாகும். இருந்தபோதிலும், மக்களிடம் பிரபலப்படுத்துவதற்கும் தரத்தை உயர்த்துவதற்கும் இடையில் கறாரான கோட்டினை இழுக்க முடியாது. பரந்துபட்ட பொதுமக்களின் பண்பாட்டுத் தரம் நிலையாக உயர்ந்துகொண்டு போவதால் உயர்ந்த தரம் உள்ள சில படைப்புகளை மக்களிடம் பிரபலப்படுத்துவது நடைபெறக்கூடியதா என்பது மட்டுமல்ல. பொதுமக்களிடம் பிரபலம் அடையும் தரம் எப்போதுமே

ஒரே மாதிரியாக இருந்துவிட்டால், ஒரே மாதிரியான எழுத்து மாதம்தோறும், ஆண்டுதோறும் கொடுக்கப்பட்டாலோ, அதே "குட்டி பயந்தாங்கொள்ளி' மக்கள் நாடகமும் "மனிதன் கை, வாய், கத்தி, பசு, ஆடு" என்கிற அரிச்சுவடிப் பாடங்களுமே இருந்தாலும், ஆறும் அரை டஜனுமாகக் கற்பவர்களும் கற்பிப்பவர்களும் இருந்துவிட மாட்டார்களா? இத்தகைய பிரபல்யப்படுத்துதலின் அர்த்தம் என்ன? மக்கள் உயர்ந்த தரத்தை அடியொற்றிச் செல்லும் பிரபல்யப்படுத்துதலை வேண்டுகிறார்கள். மாதம் தோறும், ஆண்டுதோறும் உயர்ந்த தரத்தை வேண்டுகிறார்கள். இங்கே பிரபல்யப்படுத்துதல் என்பது மக்களுக்காகப் பிரபல்யப்படுத்துதல் என்பதும் பொருளாகும். இத்தகைய தரம் உயர்த்துதல், நடுவிலிருக்கும் காற்றிலிருந்து உயர்த்துவதோ, மூடிய கதவுகளுக்குப் பின்னிருந்து உயர்த்துவதோ அல்ல. அது பிரபல்யப்படுத்துதலின் அடிப்படையிலானது.

சீனாவில் புரட்சியும், புரட்சிக் கலாச்சாரம் ஒரே சீரானதாக இல்லாததாகவும், படிப்படியாக முன்னேறுவதாகவும் இருக்கிறது. ஓரிடத்தில் பிரபல்யப்படுத்துதலின் அடிப்படையிலான தரம் உயர்த்துதலும் இருக்கிறது. மற்ற இடங்களில் பிரபல்யப்படுத்துதல் என்பது தொடங்கிட இருக்கவில்லை. ஒரு பிரதேசத்தின் பிரபல்யப்படுத்துதலின் அடிப்படையிலான தரம் உயர்த்துதல் தொடர்பான அனுபவங்கள், மற்றொரு பிரதேசத்தில் பயன்படுத்தப்பட்டு பிரபல்யப்படுத்துதல், தரம் உயர்த்துதல் ஆகியவற்றை வழிநடத்தினால் பாதையின் தேவையற்ற நெளிவு சுளிவுகள் தவிர்க்கப்பட முடியும்.

உலக அளவில் வெளிநாடுகளின், குறிப்பாக சோவியத் ரஷ்யாவின் அனுபவங்களும்கூட நம்மை வழிநடத்தலாம். இதனால் நம்மிடை தரம் உயர்த்துதல் என்பது பிரபல்யப்படுத்துதலின் அடிப்படையிலானது என்பதுடன், பிரபல்யப்படுத்துதல் என்பது தரம் உயர்த்துதலினால் வழிநடத்தப்படுவதாகும். தொகுத்துச் சொல்வதெனில், புரட்சிகர எழுத்தாளர்கள், கலைஞர்களின் படைப்பு சக்திமிக்க உழைப்பினால், மக்கள் வாழ்க்கையில் காணக்கிடைக்கும் கச்சாப்பொருள், மக்களுக்குத்

தொண்டு செய்யக்கூடிய கோட்பாடுகளின் வடிவத்தில் வார்த்தெடுக்கப்படுகின்றன. தொடக்கநிலையிலுள்ள கலை, இலக்கியத்தின் அடிப்படையிலான, முன்னேறிய கலை, இலக்கியமும் இதில் அடங்கும். இது இன்றைய மக்களில் மிகப் பெரும்பான்மையினருக்குத் தேவைப்படுவதாகும்.

மிக முன்னேறியதாக இருந்தாலும், தொடக்கநிலையினதாக இருந்தாலும் கலை, இலக்கியம் என்பது மக்களுக்காகத்தான். முக்கியமாக, தொழிலாளிகள், விவசாயிகள், போர் வீரர்கள் ஆகியோருக்கானதாகும். அவை தொழிலாளிகள், விவசாயிகள், போர் வீரர்கள் ஆகியோருக்காக, அவர்களின் பயன்பாட்டுக்காகப் படைக்கப்படுவனவாகும்.

ட்சே ட்சீ / சீனம்

பீச் மலர்

பீச் மரத்திலிருந்து
ரோஜா நிற மலரைப் பறித்து
பீச் மலரைப் போலவே
சிறிதாகவும், ரோஜா நிறத்திலுமான
இதழ்களைக் கொண்ட
என் காதலிக்குச் சமர்ப்பித்தேன்.

மரத்தின் பறவைக் கூட்டிலிருந்து
கருஞ்சிறகு கொண்ட சிட்டுக்குருவியை எடுத்து
கருஞ்சிட்டின் சிறகு போன்ற புருவம் கொண்ட
அன்பான காதலிக்கு அளித்தேன்.
மறுநாள் பீச் மலர் வாடி விட்டது.

சிட்டுக்குருவியோ ஜன்னலின் வழியே
நீல மலைகளை நோக்கிப் பறந்துவிட்டது

ஆனால்
என் காதலியின் இதழ்கள்
என்றுமே ரோஜா நிறமாய் இருந்தன.

அவளது
கறுப்புப் புருவங்கள்
பறந்து செல்லவே இல்லை.

★

ஆல்பெர்ட் ஒஸ்கிகா / தென் ஆப்பிரிக்கா

காரில் செல்பவனுடன் நடந்துசெல்பவனின் உரையாடல்

அந்த சில ஆண்டுகள் வரையிலும்
நாம் இருவரும் பகிர்ந்து கொண்ட
வறுமையிலிருந்தும், துன்பத்திலிருந்தும்
தூக்கிவிடப்பட்ட மனிதனே

செருப்பில்லாத என் கால்களின் மீது
சேற்றை ஏன் வாரி இறைக்கிறாய்?

ஏதோ உன்னிடம் இருக்கும் செல்வத்தில்
இன்னமும் திருப்தி அடையாதது போல்
இந்தக் குளிக்காதவனை
டீசல் புகையினாலும், அழுக்கு நீரினாலும்
கறைபடுத்தி
உன் கடையிலிருந்து ஒரு சோப்புத் துண்டைக் கூட
வாங்க காசில்லாதவனை
அதை வாங்குமாறு நிர்ப்பந்திக்க வேண்டுமா?

சில ஆண்டுகளுக்கு முன்னர்
நாம் ஒரே முதலாளியைக் கொண்டிருந்தோம்
இன்றோ உனக்கு முதலாளி இல்லை
நானோ மேலும் அதிகமாக உறிஞ்சும்
ரொட்டியை மாற்றிக் கொண்டேன்

ஒரு வேளை
அந்தச் சில ஆண்டுகள் என்பது
மிக நீண்ட காலமோ?

★

வோல்லே சொயின்கா / நைஜீரியா

மழை பெய்கிறதென்று நினைக்கிறேன்

மழை பெய்கிறதென்று நான் நினைக்கிறேன
வரண்ட
பிளவுபடாத வாயின் கூரை மீதிருந்து
நாக்கு விடுபடலாம்
அறிவின் கனத்தினால் தொங்கலாம்

அது எழுவதை நான் பார்த்தேன்
சாம்பல்களிலிருந்து திடீரென்று அந்த மேகம்
அடங்கி
சாம்பல் நிற வளையமாகச் சேர்ந்து கொண்டது
வட்டமிடும் நோக்கத்துடன்

ஓ, மழை பெய்யத்தான் வேண்டும்
அறிவின் மீதான முயல்கள்
விநோதமான துயரில் நம்மைக்
கட்டிப் போடுகின்றன
துயரத்தின் தூய நிலையை
நமக்குக் கற்றுக் கொடுக்கின்றன.

★

யூசுப் இட்ரிஸ் / எகிப்து

நாற்காலி சுமப்பவன்

நீங்கள் நம்புகிறீர்களோ இல்லையோ உங்கள் கருத்து எனக்கு விருப்பமில்லை என்று நான் சொல்வதற்காக, என்னை மன்னித்து விடுங்கள். நான் அவனைப் பார்த்தேன், சந்தித்தேன், பேசினேன். அந்த நாற்காலியை என் கண்ணாலேயே பார்த்தேன் என்பது எனக்குப் போதுமானது. இதன் மூலமாக நான் ஒரு சித்து வித்தைக்குச் சாட்சியமாகவே இருந்தேன் என்று கருதுகிறேன். அதைவிடப் பெரிய சித்துவித்தை - சொல்லப்போனால் மிகவும் அழிவுதரக்கூடியது. அந்த நாற்காலியோ, நிகழ்ச்சியோ ஓபரா சதுக்கத்திலோ, கும்மோரியோ தெருவிலோ அல்லது கெய்ரோவிலோ - இந்த மொத்த உலகில் கூட இருக்கலாம் - அந்த நிகழ்ச்சி ஒரு கணத்திற்கு நின்றுவிடவில்லை என்பது.

அது ஒரு பெரிய நாற்காலி. அதைப் பார்த்தால் அது ஏதோ வேறு உலகத்திலிருந்து வந்தது போலத் தெரியும். அல்லது ஏதோ திருவிழாவிற்குச் செய்ததுபோல அல்லாத பெரிய நாற்காலி. அது பெரிதாக, மெத்தென்ற சிறுத்தைத் தோலும், பட்டுத்துணியும் வைத்துத் தைக்கப்பட்டிருந்தது. அதை ஒரு முறை பார்த்துவிட்டால், அதில் ஒரு கணமாவது ஒரு முறை பார்த்துவிட்டால், அதில் ஒரு கணமாவது ஒரு முறையாவது உட்கார வேண்டும் எனும் கனவு வந்துவிடும். ஏதோ ஒரு சமய ஊர்வலத்தில் நகர்வது மாதிரி பெருமிதமாக அது நகர்ந்துகொண்டிருந்தது. அது தானாகவே நகர்கிறது என்று

நினைப்பார்கள். பயத்தினாலும், வியப்பினாலும் அதன்முன் விழுந்து காணிக்கை செலுத்துவீர்கள்.

ஒருவிதமாக நான் கண்டுபிடித்தேன். பளபளக்கும் அதன் நான்கு கால்களுக்கு நடுவில், ஒரு ஐந்தாவது கால். அது மனிதத் தோலுடன் அந்தப் பெரிய சுமைக்கு நடுவில் விநோதமாகக் காணப்பட்டது. அது கால் அல்ல. மாறாக பெரிதான வியர்வை கிளை நதிகளாகப் பிரிந்து ஓடி, ரோமங்களைப் புதர்களாகவும், மரங்களாகவும் வளரச் செய்திருந்தது. என்னை நம்புங்கள். புனிதமானவற்றின் பெயரால் சொல்லுகிறேன். நான் சொல்லவில்லை. அதிகப்படுத்தியும் சொல்லவில்லை. ஒரு டன் அல்லது பல டன்கள் எடை கொண்ட அந்த நாற்காலியை அந்த ஒல்லியான மனிதன் எப்படித் தூக்கிச் சென்றான்? ஆனால் அதில் ஏமாற்று ஏதுமில்லை என்பதை அறிய மிக அருகில், நீண்ட நேரம் அதனைப் பார்க்க வேண்டும். அந்த மனிதன் உண்மையாகவே அந்த நாற்காலியைத் தூக்கிக் கொண்டு நகர்ந்துகொண்டிருந்தான்.

இதில் மிகவும் விந்தையானது என்னவென்றால், ஒபரா சதுக்கத்திலோ, கெய்ரோவிலோ அதைக் கடந்து சென்ற ஒருவர் கூட அது ஆச்சரியமான, நடக்கமுடியாத ஒன்றாக அதனைக் கருதவில்லை. ஒரு சிறுவன் சிறு பட்டாம்பூச்சியைத் தூக்கிச்செல்வதாக நினைத்தார்கள். ஒரு புருவ உயர்வையோ, பயத்தில் உதட்டை இழுத்துக்கொள்வதையோ, ஒரு ஆச்சரியமான அலறலையோ எதிர்பார்த்து அந்த நாற்காலியையும், மனிதனையும் பார்த்துக்கொண்டிருந்தேன்.

அந்த மொத்தமும் இனிமேல் தொடர்ந்து யோசிக்க முடியாத இந்த நேரத்தில் அந்த நாற்காலி மனிதன் என்னைவிட்டு ஓரிரு காலடி தூரத்தில்தான் இருந்தான். சுருக்கங்களையும், அவனது நற்பண்புகளுடன் கூடிய முகத்தையும் நான் பார்த்தேன். இருப்பினும் அவன் வயதை என்னால் நிர்ணயிக்க முடியவில்லை.

நான் இப்போது மேலும் சிலவற்றை அறிந்துகொண்டேன். இடுப்பில் இருந்த அரை ஆடை தவிர வேறேதும் அவன்

அணிந்திருக்கவில்லை. இப்போது உங்கள் மனம் ஒரு காலியான அறை எதிரொலிப்பது போல எதிரொலிக்கத் தொடங்கி இருக்கும். இந்த மனிதன் முழுக்க முழுக்க அந்நியன். கெய்ரோவுக்கு மட்டுமல்ல, இந்த யுகத்திற்கே. வரலாற்று நூல்களில் அவனைப் போன்ற உருவங்களைப் பார்த்த நினைவு உங்களுக்கு வரலாம். ஒரு பிச்சைக்காரன் புன்னகைப்பது போல அவன் புன்னகைத்தான்.

“இறைவன் உன் பெற்றோரின் மீது இரக்கம் காட்டட்டும் மகனே. நீ மாமா ட்டாராவைப் பார்த்திருக்க மாட்டாயா?”

ஹிரோகிளிப்ஸ் எழுத்துகளை அராபிய மொழியில் உச்சரிக்கிறானா? அராபிய மொழியை ஹிரோகிளிப்ஸில் உச்சரிக்கிறானா? இவன் ஒரு பழங்கால எகிப்து நாட்டவனாக இருப்பானா? அவனை நான் கேட்டேன்.

“இங்கே பார், நீ ஒரு பழைய எகிப்தியன் என்று என்னிடம் சொல்லத் தொடங்கிவிடாதே.”

“எகிப்தியனில் பழங்காலத்தவன், நவீனத்துவன் என்று இருக்கிறதா? நான் வெறுமனே ஒரு எகிப்தியன்.”

“இந்த நாற்காலி என்ன?”

“இதைத்தான் நான் சுமக்கிறேன். மாமா ட்டாராவைத்தான் தேடிக்கொண்டு போகிறேன் என்று நீ ஏன் நினைக்கிறாய்? என்னை இதைச் சுமக்கச் சொன்னது மாதிரி இதைக் கீழே வைக்கவும் சொல்வார் என்று நினைக்கிறேன். சொன்னதும் என் வேலை முடிந்துவிடும் என்று அலைகிறேன்.”

“இதை நீண்ட காலமாகச் சுமக்கிறாயா.”

“நீ கற்பனை செய்யமுடியாத அளவுக்கு நீண்டகாலமாக நான் இதைச் சுமக்கிறேன்.”

“ஒரு ஆண்டா?”

“ஏன் ஒரு ஆண்டா என்று கேட்கிறாய் மகனே? ஒரு ஆண்டுக்குப் பல ஆயிரம் என்று சொல்கிறவர்களைப் போய்க் கேள்.”

“ஆயிரம் என்றால்...”

“ஆண்டுகள்.”

“உதாரணமாக, பிரமிட்களின் காலத்திலிருந்தா?”

“அதற்கும் முன்னால், நைல் நதியின் காலத்திலிருந்து”

“நைல் நதியின் காலம் என்று என்ன அர்த்தத்தில் சொல்கிறாய்?”

“நைல் நதி, ‘நைல் நதி’ என்று அழைக்கப்படாத காலத்திலிருந்து அவர்கள் தலைநகரை மலைகளிலிருந்து நதிக்கரைக்கு மாற்றினார்கள். மாமா ட்டாரா என்னிடம், ‘மூட்டை தூக்குபவனே, இதனைத் தூக்கிக்கொள்’ என்றார். அந்த நாளிலிருந்தே இன்றுவரை அவரைத் தேடி அலைகிறேன். அவரைக் காணவில்லை.”

ஆச்சரியப்படும் எண்ணம் என்னைவிட்டு நீங்கிவிட்டது. இந்தப் பருமனும், எடையும் உள்ள நாற்காலியை யாரேனும் தூக்க முடிந்தால் போதும், அவர்களால் ஆயிரம் ஆண்டுகள் கூட தூக்கிக்கொண்டிருக்க முடியும். ஒரே ஒரு வினா மட்டுமே இருந்தது.

“ஒருவேளை நீ மாமா ட்டாராவைச் சந்திக்க முடியவில்லை என்றால் இதைச் சுமந்துகொண்டே அலையப்போகிறாயா?”

“நான் வேறென்ன செய்ய முடியும்? நான் இதனைச் சுமந்து செல்கிறேன். என்னை நம்பி இது கொடுக்கப்பட்டிருக்கிறது. கட்டளை இடாமல் எப்படி இதனை இறக்கி வைக்க முடியும்?”

ஒருவேளை எனது கோபத்தில் நான் இதனைச் சொல்லி இருக்கலாம்.

“கீழே போடு மனிதனே. நீ சலித்துப்போகவில்லையா? களைத்துப்போகவில்லையா? தூக்கிப் போடு. உடைத்துப் போடு. தீயிட்டுக் கொளுத்து. நாற்காலிகள் சுமப்பதற்கல்ல.”

“என்னால் முடியாது, இதை நான் வேடிக்கைக்காகச் சுமக்கிறேன் என்று நினைக்கிறாயா? நான் இதைச் சுமப்பது சம்பாதிப்பதற்காக.”

“அதனால் என்ன, இது உன்னைக் களைப்படையச் செய்கிறது. முதுகை உடைக்கிறது. இதற்காக நீ இதனைத் தூக்கியெறிய வேண்டும். ஆண்டாண்டுகளுக்கு முன்னரே நீ இதனைச் செய்து இருக்க வேண்டும்.”

“நீ இதிலிருந்து விலகி இருப்பதினால், இப்படித்தான் உன்னால் சிந்திக்க முடியும். இதை நீ சுமக்கவில்லை. எனவே உனக்கு அக்கறை இல்லை. நான் இதைச் சுமக்கிறேன். என்னை நம்பி இது ஒப்படைக்கப்பட்டு இருக்கிறது. இதற்கு நானே பொறுப்பாளி.”

“கடவுளே. இன்னும் எதுவரையிலும்?”

“மாமா ட்டாராவிடமிருந்து கட்டளை வரும்வரையிலும்.”

“அவர் இன்னேரம் செத்துப்போயிருப்பார்.”

“அப்படியானால், அவரது சந்ததியிடமிருந்து அல்லது அவரது துணைவரிடமிருந்து அல்லது அவருக்குப் பிறகு வந்தவர் ஒருவரிடமிருந்து, அவரது அடையாளத்தை வைத்திருப்பவரிடமிருந்து கட்டளை வந்தாலும் போதும்.”

“சரி, இப்போதே இதைக் கீழே போடு என்று கட்டளை இடுகிறேன்.”

“உன் கட்டளைக்குக் கீழ்ப்படிகிறேன். உன் கருணைக்கு நன்றி. ஆனால் நீ அவரது வழிவந்தவனா?”

“இல்லை. துரதிருஷ்டவசமாக அவரிடமிருந்து பெற்ற அடையாளம் ஏதுமில்லை.”

“சரி என் வழியில் போகவிடு.”

அவன் நகரத் தொடங்கினான்.

நான் நிற்குமாறு அவனிடம் கத்தினேன். அந்த நாற்காலி முன்னால் அறிவிப்பு போலவோ, கட்டளை போலவோ ஏதோ இருப்பதைப் பார்த்தேன். அது பழைய எழுத்தில் இருந்தது. ஆதிகாலத்துத் தூண்களிலிருந்து எடுக்கப்பட்டது போலிருந்தது. நான் சிரமப்பட்டு படித்தேன்.

“ஓ, நாற்காலி சுமப்பவனே

நீ போதுமான அளவு சுமந்துவிட்டாய்.

உன்னை நாற்காலியில் சுமந்து செல்ல

வேண்டிய காலம் வந்துவிட்டது.

இதுவரையிலும் இதுபோல

செய்யப்படாத நாற்காலி

உனக்காக மட்டுமே.

உன் வீட்டிற்கு எடுத்துச்செல்.

மரியாதைக்குரிய இடத்தில் வை.

வாழ்நாள் முழுவதும்

இதில் அமர்ந்துகொண்டிரு.

நீ இறந்துவிட்டால்

உன் மகன்களுக்கு இது சொந்தம்.”

“திருவாளர் நாற்காலி சுமப்பவரே. இதுதான் மாமா ட்டாராவின் கட்டளை. நீ இதனைச் சம்மதிக்கத் தொடங்கிய உடனேயே கொடுக்கப்பட்ட கட்டளை. அவரது கையெழுத்தும் முத்திரையும் உள்ளது.”

இதை நான் மகிழ்ச்சியுடன் சொன்னேன். அந்த நாற்காலியை நான் பார்த்த நாளாக, அதன் கதையைக் கேட்ட நாளாக நான்தான் அந்த நாற்காலியைச் சுமப்பதாக உணர்ந்தேன். என் முதுகுதான் உடைந்துகொண்டிருப்பதாக உணர்ந்தேன்.”

அந்த மனிதன் உணர்ச்சியின் சிறு அசைவின்றிக் கேட்டுக் கொண்டிருந்தான். நான் கூறி முடித்ததும் தலையை நிமிர்த்தினான்.

“உன் தலைக்குமேல் தொல் பழங்காலங்களுக்கு முன்னரே கட்டளை எழுதப்பட்டுவிட்டது.”

“ஆனால் எனக்குப் படிக்கத் தெரியாது.”

“ஆனால் உனக்காக நான் இப்போதுதானே படித்தேன்.”

“உன்னிடம் அத்தாட்சிக்கான அடையாளம் இருந்தால்தான் நம்புவேன். அது இருக்கிறதா?”

நான் பதில் கொடுக்காதபோது அவன் திருப்பி ஏதோ முணுமுணுத்தான்.

“உங்களைப் போன்றவர்களிடமிருந்து எனக்குக் கிடைக்கப் போவதெல்லாம் தடைகள்தான். மனிதனே, இது மிகவும் கனமான சுமை. இதை ஒருமுறை சுமந்து செல்ல நீண்ட நாளாகிறது.”

நான் அவனைக் கவனித்துக்கொண்டு நின்றேன். நாற்காலி தானே நகர்வதாக மற்றவர்கள் நினைக்குமாறு மெதுவான வேகத்தில் நாற்காலி நகரத் தொடங்கியது. மீண்டும் அந்த, மனிதன் அதன் ஐந்தாவது காலாக மாறினான். மூச்சிரைத்துக் கொண்டு, முனகிக்கொண்டு, வியர்வை பெருக்கிக்கொண்டு அந்த மனிதன் நகர்வதை நான் பார்த்தேன்.

நான் ஏன் அவனைப் பிடித்துக் கொலை செய்து எனது ஆதங்கத்தைத் தீர்த்துக்கொள்ளக்கூடாது என்று நினைத்தேன். நான் ஏன் ஓடிச்சென்று அந்த நாற்காலியைப் பிடித்து இழுத்துப்போட்டு அவனை ஓய்வெடுக்கச் செய்யக்கூடாது? அல்லது என்னை நானே தணித்துக் கொண்டு அவனுக்காகப் பரிதாபப்பட்டு விடவேண்டுமா? அல்லது அந்த அத்தாட்சி நிறைந்த அடையாளம் எது என்பதை நான் அறியாமல் இருப்பதற்காக என்னை நானே குற்றம் சாட்டிக் கொள்ள வேண்டுமா?

★

சூ சிக்கி / சீனம்

எங்கே அமைதி?

எங்கே சமாதானம்? எங்கே நம்பிக்கை?
உனது, எனது, அவளது கைகளில்
தனது தலைவிதியைத் தானே நிர்ணயித்துக் கொள்ளும்
ஒவ்வொருவர் கைகளிலும்
அஞ்சாமையுடன் தேடும் கோடிக்கணக்கானவர்களின் கைகளில்

எங்கே சமாதானம்? எங்கே நம்பிக்கை?
இவை பரிசுகள் அல்ல; வரங்கள் அல்ல; கறைகள் அல்ல
வாழ்க்கையின் மகிழ்ச்சி; அழகின் படைப்பு; அன்பின் விதைப்பு
நட்பைப் பற்ற வைக்கும் நெருப்பு; கவிதைகளின் உத்தியோகம்

எங்கே சமாதானம்? எங்கே நம்பிக்கை?
எங்கே துப்பாக்கிச் சூடில்லையோ, எங்கே அச்சமில்லையோ
எங்கே பஞ்சம் இல்லையோ,
எங்கே மனிதன் மிருகமாகக் கேவலப்படுத்தப்படுவதில்லையோ
எங்கே வெளிநாட்டு அக்கிரமக்காரர்கள்
சீறிப் பாய்வதில்லையோ
அங்கே உள்ளது அவை.

சமாதானம் இங்கே இருக்கிறது
உனது நாட்டில், எனது நாட்டில்
எங்கே நதிகளில் மீன்களும், இறால்களும் பெருகுகின்றனவோ
எங்கே உயர்தர ஆடுகளும், குதிரைகளில் புல்மேய்கின்றனவோ
எங்கே முணுமுணுக்கும் காடுகளும், பாடும் பறவைகளும்
மலைகளுக்கு உற்சாகமூட்டுகின்றனவோ
அங்கே இருக்கிறது சமாதானம்.

சமாதானம் இங்கே இருக்கிறது
அலையெழுப்பும் கோதுமை வயல்களில்
பாடும் கம்ப்யூட்டர்களில்
அறுவைச் சிகிச்சை அறைகளில்

அமைதியான இரவில்
குழந்தைகளின் தொட்டில்களுக்குப் பக்கத்தில்
வெது வெதுப்பான முத்தங்களிலும்
இனிமையான கொஞ்சல்களிலும்
சூழல் அசுத்தத்தையும், இரைச்சலையும்
தவிர்ப்பதற்கான ஆராய்ச்சிகள் பெருகட்டும்
கேன்சரையும், எய்ட்ஸையும்
தடுப்பதற்கான விவாதங்கள் நடக்கட்டும்
துயரச்சம்பவங்கள் மீண்டும் நிகழாதிருக்க
விண்கலங்கள் அனுப்பப்படுவதற்கு முன் சோதிக்கப்படட்டும்
அணு மின்சக்தி நிலையங்களின் பாதுகாப்பிற்காக
நிறைய ஆராய்ச்சிகள் நடைபெறட்டும்.

ஆப்பிரிக்கச் சகோதரர்களே
நீண்ட தூர ஓட்டத்திற்கான தீப்பந்தங்களை
உயர்த்திப் பிடியுங்கள்
பஞ்சத்திற்கு ஆட்பட்டவர்கள் உயிர் வாழட்டும்
கருப்பு நாட்டிற்கு வெளிச்சம்
நெல்சனுக்கும் வின்னி மாண்டேலாவுக்கும் சல்யூட்
சர்வாதிகாரிகளிடம் கேளுங்கள்
“ஜோகன்னஸ்பர்க் சிறையில் அடைக்கப்பட்ட பருந்தை விடுவியுங்கள்”

மனிதச்சங்கிலி அமெரிக்காவைக் கடந்து முன்னேறட்டும்.

“உயிர்வாழ்தலுக்காக ஒற்றுமையைக் குலைக்காதே”
ஏஜியின் கடற்கரையின் மேல்
“அமைதிக்கான பெரு முயற்சி”
ஒரு எச்சரிக்கைக் குரல் எழுப்புகிறது
“இனியில்லை அணுகுண்டு. இனியில்லை போர்”
எங்களுக்கு அமைதி வேண்டும்
“எங்களுக்கு வேண்டும் ஆயுதக் குறைப்பு”

அமைதி இங்கே இருக்கிறது
பிரெஞ்சுக் கலைக்கூடம் ‘லூர்’ எரிக்கப்படக்கூடாது
தேம்ஸ் நதிக்கரையின் மியூசியம் இடிக்கப்படக்கூடாது
பழங்கால பிரமிட்களின் கல்தூண்கள்
நைல் நதியில் நொறுக்கப்படக்கூடாது
வெள்ளை தாஜ்மகாலின் வைடூரியக் கற்கள்
எரியும் நெருப்பால் உருக்கப்படக்கூடாது
பூமிக்கு அடியிலே போம்பேயின் உடலைப்
புதைத்தது போல
நகரங்களை அசைக்கும் சுழல் காற்று
எப்போதுமே புகைக்கக் கூடாது
வாஷிங்டனும், மாஸ்கோவும்

இன்னொரு ஹிரோஷிமா, நாகசாகியாக மாறக்கூடாது

வாருங்கள் நண்பர்களே
ஒலிம்பிக் பந்தய மைதானங்களுக்குச் செல்வோம்
அண்டார்டிகாவின்
அறிவியல் ஆய்வுக் குழுவின் கொடியேற்றுவோம்
நிலவுக்கும், செவ்வாய்க்கும்
ஒரு ஒலிபெருக்கும் நிலையம் அமைப்போம்
பிரபஞ்ச வெளியில் வேற்றுக்கிரகவாசிகளுடன் கவிதை வாசிப்போம்

சமாதானம் இங்குள்ளது, நம்பிக்கை இங்குள்ளது
பிரகாசமான நிலவுக்கும், நட்சத்திரங்களுக்கும் கீழே

காற்றில் படபடக்கும் பட்டுப்பதாகையுடன் கூடிய நமது படகில்
காற்றையும், அலைகளையும் கண்டு அஞ்சாத,
ஒரே படகில்
நாம் அனைவரும் பயணம் செய்கிறோம்
சூரிய ஒளியில் குளித்து
பாடல்களால் நிரம்பி இருக்கும்
கடலின் மறுகரையை அடையச் செல்கிறோம்.

★

சிடோர் சிட்டு மொராங் / சுபத்ரா

பாறையின் மலர்கள்

உனக்கு
எனது வழிகளைக் காட்டிலும்
என் உணர்வுகளைத் தெரியும்
ஏனெனில்
எவ்வளவுதான் உண்மையுடன் விட்டுச் சென்றவர்கள்
யாராயினும்
இறுதியில் அறிவு பாறையாகி விடுகிறது

இங்கே
மேலே மலர்கள் பூக்கின்றன
உனது முகத்தைப் போல் அழகாக
நறுமண நினைவுகள்
புயலைப் போல் கசப்பாக உள்ளன
ஆன்மாவுக்கு வண்ணம் பூசுகிற
இருண்ட ரத்தம்

ஆயிரம் ஆண்டுகள்

நமக்கு முன்னரும், பின்னரும்
பூமியிலிருந்து மனிதர்கள்
தோண்டி எடுப்பார்கள்
பாறைகளின் படிவங்களில்
அச்சுபதிந்த ஒரு முகத்தை

சாவின் கதையினால் வரிகள் போடப்பட்ட
முகத்தை
இன்னமும் மகிழ்ச்சியற்ற நிலையில்

★

ஜேவியர் ஹெராடு / பெரு

கவிதை கடினமான வேலை

உண்மையில்
வெளிப்படையாகப் பேசுவோமானால்
கவிதை என்பது கடினமான வேலை

இலையுதிர்கால ஆண்களின்
ஓசை ஒழுங்கிற்கேற்ப
வெற்றி கொள்ளப்பட்டாலும் தோல்வியுற்றாலும்
கவிதை என்பது கடினமான வேலை

ஒருவன் இளமையாயிருக்கையில்
கீழே உதிர்ந்த மலர்கள்
மீண்டும் சேர்க்கப்படாதிருக்கையில்
இரவுகள் தோறும்
சில நேரங்களில்
நூற்றுக்கணக்கான பயனற்ற
வெற்றுத்தாள்களை நிரப்பியபடி
எழுதிக் கொண்டே போகிறான்.

ஒருவன் தற்பெருமையாகச் சொல்ல முடியும்
"நான் ஒரு முறை கூட திருத்தாமல் கூட எழுதுகிறேன்
எனது தெருவில்
சைப்ரஸ் மரங்களினால் கைவிடப்பட்ட
வசந்தங்களைப் போல

கவிதைகள் கைவிட்டுப் போகின்றன.”

ஆனால்
காலம் கடக்கையில்
நெற்றியின் பக்கங்களில்
ஆண்டுகள் வடிகட்டப்படுகையில்

கவிதை என்பது
குயவனின் கலையாகிவிடுகிறது.
கைகளால் சுடப்படும் களிமண்
தீக்கங்குகளால் வடிவாக்கப்பட்ட களிமண்

மேலும் கவிதை
அபாரமான மின்னல்
மௌனமான வார்த்தைகளின் மழை.
விம்மல்களின், நம்பிக்கைகளின் காடு
அடக்கியாளப்படுபவர்களின் பாடல்
விடுதலை அடைந்தவர்களின் புதிய பாடல்

எனவே கவிதை
அப்போது
காதல், சாவு
மனிதனின் மீட்சி

ச்சேங் வூ ச்செய்ன் / சீனம்

நன்றி

நான் மழையைச் சபித்தேன்

கூரையின் மீது ஓசை எழுப்பி
என் தூக்கத்தைக் கெடுக்கிறதென்று

நான் காற்றைச் சபித்தேன்
என் தோட்டத்தைப் பாழாக்குகிறதென்று

பிறகு நீ நுழைந்தாய்

நான் மழைக்கு நன்றி சொன்னேன்

ஏனெனில் நீ ஈர ஆடையைக்
கழற்றி ஆகவேண்டும் என்பதற்காக
நான் காற்றுக்கு நன்றி சொன்னேன்
அது
எனது விளக்கை அணைத்ததற்காக

★

ராதிகா குமாரசுவாமி / இலங்கை

மனித உரிமை – மூன்றாம் உலகப் பார்வை

செம்மையான சட்ட முறையும், நீண்டகாலமாய் இருந்து வருகிற நீதித்துறையும், செயல்பாடு மிக்க காவல் துறையும், பன்னாட்டு நிறுவனங்களின் தொடர்பும், தொழில் வளர்ச்சியும் கொண்ட மிக முன்னேறிய சமுதாயம் ஒன்றிற்கான மனித உரிமைக் கோட்பாடுகளிலிருந்து வேறுபட்ட கோட்பாடுகள் தனித்து நின்று, வறுமையில் வாடும் விவசாயம் சார்ந்த சமுதாயத்திற்குத் தேவைப்படுகிறது.

பல மூன்றாம் உலக அறிஞர்களின் கருத்து இதுதான். அவர்களின் கருத்துப்படி, வழிவழியாக மரபுகளில் ஊறிப்போன ஏழைச் சமுதாயங்களில் மனித உரிமைகளின் அர்த்தமே மாறிப்போய்விடுகிறது. பன்னாட்டு அறிக்கைகளிலும், மாநாடுகளிலும் பேசப்படும் மனித உரிமைகள் மனிதனின் பிறப்புரிமை பற்றியவையே. இருப்பினும் அவற்றை ஒரு குறிப்பிட்ட சமூகத்தோடு பொருத்திப் பார்க்கிறபோது அவற்றின் சாரமாக இருப்பது அச்சமுதாயத்தின் அமைப்பே தவிர இயற்கையான அடிப்படை நீதி அல்ல. இவை இம்மனித உரிமைகளை நெறிப்படுத்தி நடைமுறைக்குக் கொண்டு வருகிற அந்தக் குறிப்பிட்ட சமுதாயத்தின் இயல்பைச் சார்ந்தவையே. எனவேதான் ஆசிய நாடுகளுக்கான கோட்பாடுகளை உருவாக்கும் பலரும் மனித உரிமைகள் மேலை நாடுகளுக்கே பொருத்தமானவை என்றும் வளரும்

நாடுகளுக்குப் பொருத்தமற்றவை என்றும் கருதுகின்றனர். இதனால்தான் ஆசியாவில் உள்ள மாணவர்களில், சட்டம் பயிலும் மாணவர்களைத் தவிர பிறர், பெரும்பாலும் மனித உரிமை குறித்த முறையான கல்வியைப் பெறுவதில்லை.

மனித உரிமைகளின் சிறப்புகளை ஆசியாவின் கோட்பாடுகளை உருவாக்குபவர்கள் யாரும் மறுப்பது இல்லைதான். ஆனாலும் பலரும் பல்வேறு முறைகளில் அர்த்தப்படுத்திக் கொள்வதற்கு அவை இடமளிப்பதால் குறிப்பிட்ட சமூக, அரசியல், பொருளாதாரச் சூழலைக் கணக்கிலெடுத்துக் கொள்ளாமலிருப்பது பிழை என்று அவர்கள் நினைக்கிறார்கள்.

வழிவழியாக வரும் பரம்பரைப் பண்பாட்டைப்பற்றி ஆசிய மக்கள் பெருமையுடையவர்கள். காலனியாதிக்கத்தை எதிர்த்த இயக்கத்தில் மனித உரிமைகள் குறித்த எண்ணங்களும் இடம்பெற்றன என்பதை எல்லோரும் ஒப்புக்கொள்கின்றனர்.

ஆயினும், தனிமனிதனின் சிறப்பு, சமத்துவம், நீதி, வறுமையிலிருந்து விடுதலை போன்றவற்றிற்குத் தரப்படும் அர்த்தங்களைப் பார்க்கிறபோது அவை மேலைநாடுகளிலிருந்து இறக்குமதியானவையே என்று பலர் கருதுகின்றனர். எனவே மனித உரிமை என்பது தனித்தனியான அர்த்தங்களைக் கொண்டது என்று எடுத்துக்காட்டுவது எளிதல்ல. மனித உரிமைகளுக்கு ஆசியாவுக்கான ஒரு அர்த்தத்தைத் தருவது இன்று தேவைப்படுகிறது.

ஆசியாவின் கோட்பாடுகளை உருவாக்குபவர்களின் இன்னொரு கருத்து தீவிரமான வறுமை, மனித உரிமைகள் செயல்படுத்தப்படுவதைத் தடுக்கிறது. உயிர் வாழும் ஒன்று என்கிற நிலையிலிருந்து முன்னேறி, மனிதன் எனும் சிறப்பை அடைவதற்கு ஓரளவாவது பொருளாதார வளர்ச்சி ஏற்பட வேண்டும். எனவே, மனிதன் உயிரோடிருக்கும் உரிமை மட்டுமின்றி, அவன் மனிதனாகவும் இருப்பதற்கான உரிமையும் மிக ஒன்றாக இருக்கிறது. இந்த அடிப்படையான உரிமை கிடைத்த பிறகுதான் பன்னாட்டு அறிஞர்கள் சொல்கிற உரிமைகள் குறித்து யோசிக்க முடியும்.

இத்தடைகள் நீங்கி மனித உரிமைகளைப் பொருளாதார வளர்ச்சியோடு இணைக்க வேண்டியது ஆசியநாடுகளில் மிகத் தேவையான ஒன்றாகும். இது திட்டமிட்ட சமுதாய வளர்ச்சியின் ஒரு பகுதியாக இருந்தே தீர வேண்டும். அரசாங்கத்தின் அதிகாரம் வறுமையைப் போக்கப் பயன்பட வேண்டும் என்பது உறுதிசெய்யப்பட வேண்டும்.

கல்வி வளர்ச்சி குறித்த திட்டங்களின் மூலமாகத்தான் மனித உரிமைகள் ஒரு குறிப்பிட்ட முக்கியத்துவம் வாய்ந்தவை என்ற வகையில் இடம் பெற முடியும். இக்கருத்து தொழில்நுட்பம் சார்ந்த பயன்பாடு அற்றது என்பதால் தள்ளிவைக்கப்படுகிறது. மாணவர்கள் பல்வேறு துறைகளில் அறிவு வளர்ச்சி அடைய வேண்டும் என்பதும், வளர்ச்சிப்போக்கில் வாழ்க்கைக் கூறுகள் பலவும் ஒன்றுசேர வேண்டும் என்பதும் இப்போது ஒப்புக்கொள்ளப்பட்டுள்ளன. இதனால் பொருளாதார வளர்ச்சிக்காகத் தரப்படும் முக்கியத்துவத்துடன் சமூக, அரசியல் முன்னேற்றத்துக்கும் உதவக்கூடிய கல்வி வளர்ச்சியும் இருக்க வேண்டும் எனும் கருத்தும் ஒப்புக்கொள்ளப்பட்டுள்ளது.

எனவே மனித உரிமைகள் பற்றிய ஆராய்ச்சி சிறுபான்மை மற்றும் பிற இனத்தவர்களுக்கு எதிரான செயல்பாடுகள். பெண் விடுதலையை எதிர்க்கும் செயல்பாடுகள், பொருளாதார ஏற்றத்தாழ்வு குறித்த அடிப்படையான கருத்துகள் ஆகியவற்றைக் கணக்கில் எடுத்துக்கொண்டு செய்யப்பட வேண்டும். இவ்வாராய்ச்சிகளில் மனித உரிமை குறித்த ஆசிய மக்களின் மதிப்பீடுகளும் கணக்கிலெடுத்துக் கொள்ளப்படவேண்டும். அப்போதுதான் ஆசிய கண்டத்தில் மனித உரிமைகள் குறித்த மக்களின் கருத்துகள் என்ன என்பதை அறிய முடியும். இது குறித்த ஞானம் எதிர்காலத் திட்டங்களைத் தீட்ட மிகவும் உதவியாக இருக்கும்.

★

குவாசி ப்ரூ / கானா

வேண்டுதல்

நாங்கள்
இந்த மண்ணின் மைந்தர்கள்

வழிபாடு செய்வதற்காய்
உன் கோயிலுக்கு வந்துள்ளோம்

நிர்வாணமான மேய்ப்பன்
மாடுகளைப் பத்திரமாக
வீடுகளுக்குக் கொண்டு வந்து விட்டான்
இப்போது
புருவங்களில் இருக்கும் மழைநீரைத் துடைத்தபடி
புல்லாங்குழலுடன் அமைதியாக நிற்கிறான்

இன்னமும் பாடப்படாத ராகங்களுடன்
விடியலை எதிர்பார்த்து
பறவைகள் கூடுகளில்
கவலையற்றிருக்கின்றன

நிழல்கள்
தங்கள் உதடுகளைக்
கடலின் மார்பில் புதைத்தபடி
கடலோரத்தில் திரண்டுள்ளன
உழைத்துத் திரும்பிய உழவர்கள்

நெருப்புக்குப் பக்கத்தில் அமர்ந்து
பழங்காலக் கதைகளைக் கதைத்துக் கொண்டுள்ளனர்

நாங்கள் இந்த
பூமியின் மைந்தர்கள்
கவனம் கொள்ளாத உனது முன்னிலையில்
ஏன் வேண்டிக் கொண்டிருக்க வேண்டும்

எங்கள் இதயங்கள்
பாடல்களால் நிரம்பி இருக்கிறபோது
உதடுகள் சோகத்தால் துடிக்கிறபோது
சிறிய மின்மினிப் பூச்சிகள்
நட்சத்திரங்களைப் பார்த்தும்
கணப்பு நெருப்பு சூரியனைப் பார்த்தும்
கலபாஷ் ஓட்டிலுள்ள நீர்
வோல்ட்டா நதியைப் பார்த்தும்
பொறாமைப்படுகிறபோது

நாங்கள்
இந்த பூமியின் மைந்தர்கள்
கவனம் கொள்ளாதவன் முன்னால்
ஏன் வேண்டிக்கொண்டிருக்க வேண்டும்
ஆனால் நாங்கள்
கிழிந்து போன வறுமையில்
ஒரு முதலாளியின் வாயிற்படிக்கு
பிச்சை கேட்டு வந்துள்ளோம்.

தௌஃபீக் சயத் / பாலஸ்தீனம்

தோல்வியே சிறந்தது

நேற்று நாங்கள்
கையளவு நீரில் மிதக்காத காரணத்தால்
இன்றைக்கு நாங்கள்
கையளவு நீரில் மூழ்கிவிட மாட்டோம்

அவர்கள்
கிழக்கை நோக்கி இந்த வழியாகச் சென்றார்கள்

கருப்பு மேகங்களை,
குழந்தைகளை, ரோஜாக்களை
பயிர்களை, பனித்துளிகளைக் கொன்று கொண்டு
வெறுப்பையும் பொறாமையையும்,
சமாதிகளையும் சாவுகளையும்
ஏற்படுத்திக் கொண்டு சென்றார்கள்
திரும்பி வருகையில் இந்த வழியாகத்தான் வருவார்கள்

எவ்வளவு நாள் கழித்து
அவர்கள் வந்தாலும் பரவாயில்லை
“நாங்கள் வெற்றி பெற்று விட்டோம்”
என்று சொல்லாதே
இந்த வெற்றி
தோல்வியைக் காட்டிலும் மோசமானது
நாங்கள் அவர்களின் குற்றங்களின்

மேல்மட்டங்களை அல்ல
ஆழங்களைக் கணக்கெடுக்கிறோம்

வெளிச்சத்தின பெயரால் அல்ல
இந்த விடுதலை மண்ணின்
சிறு துகளைக் கூட நாங்கள் இழக்க மாட்டோம்
இரும்புக்கும், நெருப்புக்கும் பணிய மாட்டோம்
இது வெறும் விழுதல்தான்
அஞ்சா நெஞ்சர்கள் அடிக்கடி விழுவார்கள்

இது ஒரு அடி பின்வாங்குவது
ஆனால்
பத்து அடி முன்னேற்றமாக
விரைவில் இருக்கும்.

★

லு யுவன் / சீனம்

மதுக்கிண்ணத்தில் ரத்தம்

அங்கே ஒரு கவிஞன் - அடிமை

துயரத்தின் ரகசியங்களை அவன் பாடுகிறான்
பெருமூச்சு விடுவதற்கு
அவன் கவிதைகளைப் பயன்படுத்துகிறான்

அவன் கவிதைகள்
பூ ஜாடிகளில் வைக்க முடியாத
முட்செடிகள்

அங்கே ஒரு கவிஞன் - போராளி

உண்மையின் வெற்றிகளை அவன் பாடுகிறான்
சுடுவதற்கு அவன்
பாடல்களைப் பயன்படுத்துகிறான்

அவன் கவிதைகள்
மதுக்கிண்ணங்களில் ஊற்ற முடியாத
ரத்தம்

★

ச்சினுவா அச்செபே / நைஜீரியா

திருமணம் ஒரு அந்தரங்கம்

"நீ உனது அப்பாவுக்குக் கடிதம் எழுதிவிட்டாயா?" ஒரு பிற்பகலில் லாகோசில், கசாங்கா தெருவில் இருக்கும் 16-ஆம் எண் வீட்டின் ஒரு அறையில் நேமகேயுடன் நீனீ அமர்ந்து கொண்டிருந்தபோது கேட்டான்.

"இல்லை, நான் அது குறித்துதான் யோசித்துக்கொண்டு இருக்கிறேன். நான் விடுமுறையில் வீட்டிற்குச் செல்லும்போது அவரிடம் சொல்வதுதான் சிறந்தது என்று நினைக்கிறேன்."

"ஆனால் ஏன்? உனது விடுமுறை நீண்ட நாள் கழித்து இருக்கிறது - ஆறு வாரங்கள், நமது மகிழ்ச்சியில் அவரை இப்போதே உள்ளே நுழையவிடுவது நல்லது."

சிறிது நேரம் நேமகே சும்மா இருந்தான். பிறகு மெதுவாக ஏதோ வார்த்தைகளுக்குத் தடுமாறுவது போலத் தொடங்கினான்.

"அது அவருக்கு மகிழ்ச்சியாகத்தான் இருக்க வேண்டும் என்று நான் விரும்புகிறேன்."

"நிச்சயமாக அது அப்படித்தான் இருக்க வேண்டும்." நீனீ சற்று வியப்படைந்தவனாகச் சொன்னான். "அது ஏன் வேறுவிதமாக இருக்க வேண்டும்?"

"நீ நீண்ட நாளாக லாகோசில் இருந்து வருகிறாய். எனவே நாட்டின் தொலைதூர கிராமங்களில் இருப்பவர்கள் வாழ்க்கை பற்றி உனக்கு மிகக் குறைவாகவே தெரியும்."

“அப்படித்தான் நீ எப்போதும் சொல்கிறாய். ஆனால் தனது மகன் திருமணம் நிச்சயிக்கப்பட்டிருப்பதைக் கேட்டு மகிழ்கிற மற்ற அப்பாக்களைப் போல இல்லாமல் யாராவது இருப்பார்கள் என்பதை நான் நம்பவில்லை.”

“ஆமாம். திருமணத்தை அவர்கள் நிச்சயிக்காவிட்டால் அவர்கள் மிகவும் வருத்தப்படுவார்கள். நமது விஷயத்தில் அது இன்னும் மோசம் - நீ இபோ குழுவைச் சார்ந்தவன் கூட இல்லை.”

இது மிகவும் அக்கறையுடனும், வெட்டு ஒன்று துண்டிரண்டாகவும் சொல்லப்பட்டதால் நீனீயால் கொஞ்ச நேரம் பேச முடியவில்லை. ஒரு மனிதனின் திருமணத்தை அவன் எந்தக் குழுவைச் சேர்ந்திருக்கிறான் என்பது தீர்மானிக்கிறது என்ற செய்தி நகரக் கலாச்சாரத்தில் ஒரு வேடிக்கையாகத் தெரிந்தது.

ஒருவழியாக அவன் சொன்னான்: “அந்தக் காரணத்துக்காக அவர் என்னை மணந்துகொள்ளவேண்டாம் என்று சொல்லுவார் என்பதை நீ குறிக்கவில்லை அல்லவா? நான் எப்போதும் நினைப்பது என்னவென்றால் இபோ குழுவைச் சேர்ந்தவர்கள் இரக்கத்தினால் மற்றவர்களுக்கு விட்டுக் கொடுப்பவர்கள் என்று.”

“ஆமாம் அப்படித்தான் நாங்கள். ஆனால் திருமணம் என்று வருகிறபோது அவ்வளவு எளிதல்ல. உனது தந்தை கூட உயிரோடு இருந்து இபிபோ பகுதியில் வாழ்ந்து வந்தாரென்றால் அவரும் எனது தந்தை போலத்தான் இருப்பார்.’

“எனக்குத் தெரியாது. ஆனால் உனது அப்பா உன்மீது அதிக அன்பு வைத்திருப்பதால் அவர் விரைவிலேயே உன்னை மன்னித்துவிடுவார். சரி, வா. நல்ல மகனாக உன் அப்பாவுக்கு ஒரு அருமையான கடிதத்தை அனுப்பு.”

“எழுத்து மூலமாக இந்தச் செய்தியை வெளியிடுவது அவ்வளவு புத்திசாலித்தனமான காரியம் அல்ல. ஒரு கடிதம் அவருக்குப் பெரும் அதிர்ச்சியைக் கொண்டு வந்துவிடும். எனக்கு நிச்சயமாகத் தெரியும்.”

“சரி என் இனியவனே, நீயே கவனித்துக்கொள். உனது அப்பாவைப் பற்றி உனக்குத்தான் தெரியும்.”

நேராகத் தனது வீட்டிற்குச் சென்றபோது, தான் ஒரு பெண்ணைத் தேர்ந்தெடுத்திருக்கும் இந்த நேரத்தில் தனது தந்தையை எப்படி வெற்றி பெறுவது என்பது குறித்து மண்டையைக் குடைந்துகொண்டான். அவன் தன் கடிதத்தை நீனீயிடம் காட்ட வேண்டும் என்று நினைத்தான். பிறகு தற்சமயத்துக்கு வேண்டாம் என்று நிறுத்திக்கொண்டான். அவன் வீட்டிற்குச் சென்ற பிறகு அதைப் படிக்கப் பார்த்தபோது சிரித்துக் கொண்டான். உகோயியை அவனுக்கு நன்றாகத் தெரியும். அவன் எல்லா ஆண்பிள்ளைகளையும் - அவன் உள்பு - தோற்கடித்து விடுகிற, ஆனால் பள்ளியில் மக்கு எனப்பெயர் பெற்ற பெண்களுக்குள்ளேயே ஒரு அபேமசான் போன்றவன்.

“ஜேக்கப் நூலகே எனும் நம் அக்கம்பக்கத்துக்காரரின் மூத்த பெண் உகோயி நுவேகேயை நான் உனக்கு மிகப் பொருத்தமானவளாகத் தேர்ந்தெடுத்து இருக்கிறேன். அவள் சரியான மருத்துவமுறைப்படி வளர்க்கப்பட்ட பெண். அவள் தன் பள்ளிப்படிப்பை நிறுத்திக்கொண்டபோது (மிக நல்ல முடிவுகள் எடுக்கிறவரான) அவரது தந்தை அவளைப் பாதிரியார் ஒருவரிடம் அனுப்பி ஒரு மனைவிக்கான சகல பயிற்சிகளையும் கொடுத்திருக்கிறார். அவளது ஞாயிற்றுக்கிழமை பள்ளியின் ஆசிரியை அவள் பைபிளைச் சரளமாகப் படிக்கிறவன் என்று சொல்கிறார். டிசம்பர் மாதத்தில் நீ ஊருக்கு வரும்போது பெண் பேசத் தொடங்கலாம் என்று இருக்கிறேன்.”

லாகோசிலிருந்து திரும்பிய இரண்டாவது மாலைப் பொழுதில் நேமகே ஒரு லவங்க மரத்தின் கீழே அவனது தந்தையுடன் அமர்ந்திருந்தான். டிசம்பர் சூரியன் தனது புதிய, புத்துணர்ச்சியூட்டும் காற்றால் இலைகளை வருடும் போதெல்லாம் அவனது தந்தை இங்குதான் அமர்ந்து பைபிள் படிப்பது வழக்கம்.

“அப்பா” நேமகே திடீரென்று தொடங்கினான், “உங்களிடம் மன்னிப்பு கேட்பதற்காக நான் வந்தேன்.”

“மன்னிப்பா, எதற்காக மகனே?”

“அது என் திருமணம் குறித்து.”

“எந்தத் திருமணம் பற்றி.”

“நுவகேயின் மகளை நான் திருமணம் செய்துகொள்ள முடியாது.”

“முடியாதா ஏன்?”

“நான் அவளைக் காதலிக்கவில்லை.”

காதலித்தாய் என்று யாரும் சொல்லவில்லையே. நீ ஏன் காதலிக்க வேண்டும்?’

“இன்று திருமணம் என்பது வேறுவிதமாகிவிட்டது...”

“இங்கே பார், மகனே, எதுவும் மாறவில்லை. ஒருவன் ஒரு பெண்ணிடம் எதிர்பார்ப்பது நல்ல ஒழுக்கமும், கிறித்துவப் பின்னணியும்தானே.”

இந்த வகையான பேச்சில் பயனில்லை என்பதை நேமகே உணர்ந்தான்.

மேலும் அவன் சொன்னான், “உகோயியைப் போன்ற நல்ல பண்புகள் கொண்ட ஒரு பெண்ணை நான் மணந்துகொள்ள நிச்சயித்திருக்கிறேன்.”

அவன் தந்தையால் அவர் செவியை நம்ப முடியவில்லை. அவர் மெதுவாகக் கேட்டார். “நீ என்ன சொல்கிறாய்?”

“அவள் ஒரு நல்ல கிறித்துவள். லாகோசில் பள்ளி ஆசிரியையாக இருக்கிறாள்.”

“ஆசிரியை என்றா சொன்னாய்? இதுதான் ஒரு மனைவிக்கான தகுதியென்று நினைத்தால் நான் ஒன்றைச் சுட்டிக்காட்ட விரும்புகிறேன். எந்த நல்ல கிறித்துவப் பெண்ணும் பாடம் சொல்லிக்கொடுக்கக் கூடாது. புனித பவுல் கோநியான் தியசுக்கு எழுதிய கடிதத்தில் எழுதியது என்னவென்றால், பெண் என்பவள் மௌனம் காக்க வேண்டும்.”

அவர் மெதுவாக எழுந்து முன்னும் பின்னும் நடக்கத் தொடங்கி விட்டார்.

இது அவருக்குப் பிடித்தமான விஷயம். பெண்களைப் பாடம் சொல்லித் தருமாறு ஊக்கப்படுத்தும் தேவாலயத் தலைவர்களை அவர் வன்மையாகக் கண்டித்தார். நீண்ட நேரம் கழித்து அவர் மிருதுவான குரலில் தன் மகனின் நிச்சயம் பற்றிப் பேசத் தொடங்கினார்.

“சரி, அவள் யாருடைய மகள்?”

“அவள் நீ அட்டங்.”

“என்ன?” அவரது அமைதி மறுபடி கலைந்தது. “நீனீ அட்டங் என்றா சொன்னாய். அப்படியென்றால் என்ன அர்த்தம்?”

“நீனீ அட்டங் கலபார் பகுதியிலிருந்து வருகிறாள். நான் மணந்து கொள்ளக்கூடிய ஒரே பெண் அவள்தான்.”

இது மிக முரட்டுத்தனமான புயலை வரவழைக்கக்கூடிய பதில். ஆனால் அது நடக்கவில்லை. அவனது தந்தை வெறுமனே அவரது அறைக்குப் போய்விட்டார். இது மிகவும் எதிர்பாராததும், அவனைக் குழப்புவதுமாகும். அவரது பயமுறுத்தும் பேச்சைக் காட்டிலும் அபாயகரமானது. அன்று இரவு வயதானவர் சாப்பிடவில்லை.

மறுநாள் நேமகேயுடன் இயலக்கூடிய எல்லா பேச்சு வார்த்தைகளையும் நடத்திப் பார்த்தார். ஆனால் இளைஞனின் மனம் இறுகி இருந்தது. அவரும் இறுதியாக விட்டுக் கொடுத்து விட்டார்.

“மகனே, நான் உன்னிடம் விட்டுவிடுகிறேன். எது சரி, எது தவறு என்பதை எடுத்துச் சொல்ல வேண்டியது என் கடமை. உன் மூளையில் இத்தகைய எண்ணத்தை விதைத்தவர்கள் யாராயிருந்தாலும் அவர்கள் உனது கழுத்தை அறுத்து விட்டார்கள். இது சாத்தானின் வேலை.” அவனைப் போகுமாறு கையை அசைத்துவிட்டார்.

“நீங்கள் நீனியை அறிந்தால் மனசை மாற்றிக்கொள்வீர்கள்.”

“நான் எப்போதுமே அவளைப் பார்க்க மாட்டேன்.” இதுதான் அவரது பதில். அன்றிரவிலிருந்து தந்தை தனயனுடன் பேசவே இல்லை. அவன் எவ்வளவு பெரிய ஆபத்தை எதிர்கொள்கிறான் என்பதை அவரால் நினைக்காமலிருக்க முடியவில்லை. இரவு பகலாக அவர் அவனுக்காக ஜபம் செய்தார்.

நேமகே, தந்தையின் துயரத்தினால் அதிகம் பாதிக்கப்பட்டான். ஆனாலும் அது தீர்ந்துவிடும் என்று நம்பி இருந்தான். வேறு ஒரு மொழியைப் பேசுகிற பெண்ணை மணந்துகொள்வது என்பது சரித்திரத்திலேயே நடந்திராத ஒன்று என்று அவன் அறிந்திருந்தால் இன்னமும் நம்பிக்கை இழந்திருப்பான்.

“இதுவரை இப்படிக் கேள்விப்பட்டதேயில்லை” என்பது சில வாரங்களுக்குப் பிறகு கிழவர் ஒருவரிடம் பேசியபோது கிடைத்த தீர்ப்பு. இந்தச் சிறு வாக்கியத்தில் அவர் அவரது மொத்த நாட்டு மக்களுக்காகவும் பேசிவிட்டார். இந்த நேரத்திற்குள் தந்தையின் மகன் லாகோஸ் திரும்பிவிட்டான்.

“இதுவரை இப்படிக் கேள்விப்பட்டதேயில்லை,” அந்தக் கிழவர் சோகமான தலையாட்டலுடன் மறுபடி சொன்னார்.

“நமது தேவகுமாரன் என்ன சொல்கிறார்?” மற்றொருவர் கேட்டார்.

“தனயர்கள் மிக விரைவில் தந்தைகளுக்கு எதிராகப் புறப்பட்டு விடுவார்கள். இது புனித வேதாகமத்தில் சொல்லி இருக்கிறது.”

“இது முடிவுக்கான தொடக்கம்” மற்றொருவர் சொன்னார்.

விவாதம் தத்துவார்த்த ரீதியில் போய்க்கொண்டிருந்தபோது, மிகவும் காரியார்த்தமான மடுபோகுவூ அதை ஒரு முடிவுக்குக் கொண்டுவந்தார்.

“உனது மகனைப் பற்றி நாட்டு வைத்தியர் யாரையாவது கலந்து ஆலோசித்தீர்களா?”

“அவன் நோயில் விழுந்ததில்லையே?”

“அது நோயில்லாமல் வேறென்ன? உங்கள் மகனின் மூளை நோய்வாய்ப்பட்டிருக்கிறது. நல்ல மூலிகை வைத்தியன்தான்

அதைச் சரிசெய்ய முடியும். அந்த மருந்து அமேலைல் என்ற பெயரில் கணவனைப் பிரிந்த பெண்கள் மீண்டும் தங்கள் கணவரின் அன்பைப் பெறப் பயன்படுத்துவது.”

“இதற்காக நான் நாட்டு வைத்தியர்களை நாடுவதாக இல்லை.” நேமகேயின் தந்தை தனது மூடநம்பிக்கை உள்ள அக்கம்பக்கத்துக்காரர்களை விட முன்னேறி இருந்தார்.

“எனது மகன் அவனைத் தனது கைகளினாலேயே கொன்று கொல்வதாயிருந்தால் அதை நான் தடுக்கப்போவதில்லை. நான் அவனுக்கு உதவ வேண்டியதில்லை.”

“இது அவனது தவறு.” மடுபோகுவூ சொன்னார். அவள் ஒரு கைதேர்ந்த மூலிகைவாதியிடம் போயிருக்கிற புத்திசாலித்தனமான பெண்.”

அக்கம்பக்கத்தவர்களுடன் அரிதாக வாதம் புரியும், அவர்கள் தங்கள் அறிவைப் பயன்படுத்தாதவர்கள் என்று அடிக்கடி சொல்லும் - ஜொனாதன் சொன்னார். “அவள் ஒரு கொலைகாரி.”

ஆறு மாதங்களுக்குப் பிறகு நேமகே அவனது தந்தையிடமிருந்து வந்த சிறு கடிதத்தை அவனது மனைவியிடம் காண்பித்தான்.

“உனது திருமணப் புகைப்படத்தை எனக்கு அனுப்பும் அளவுக்குப் பாசமற்றவன் நீ என்பது எனக்கு வியப்பளிக்கிறது. அதை நான் உனக்குத் திருப்பி அனுப்ப நினைத்தேன். மேலும் யோசித்ததில் உனது மனைவியின் உருவத்தை வெட்டிவிட்டு உனக்கு அனுப்ப முடிவு செய்தேன். அவளோடு எனக்கு எந்தச் சம்பந்தமும் இல்லை. உன்னோடும் எனக்கு எந்தச் சம்பந்தமும் இல்லை என்று நான் எப்படி விரும்ப முடியும்?”

நீனி அந்தப் புகைப்படத்தையும், அவளது வெட்டப்பட்ட உருவத்தையும் பார்த்தபோது கண்ணில் நீர் நிறைந்து தேம்பி அழத் தொடங்கிவிட்டாள்.

“எனது அன்பே அழாதே. அவர் நல்ல பண்புள்ள மனிதர். ஒரு நாள் நமது திருமணத்தை அவர் நல்ல மனதுடன் ஏற்றுக் கொள்வார்’ என்று சொன்னான் அவன்.

ஆண்டுகள் ஓடின. அந்த ஒரு நாள் வரவேயில்லை. எட்டு ஆண்டுகளாக ஒகேகேயிற்கு அவரது மகனிடம் சம்பந்தம் இல்லை. மூன்றே மூன்று முறை அவன் ஊருக்கு வருகிறேன் என்று எழுதிய போது மட்டும் அவர் பதில் எழுதி இருந்தார்.

"நான் உன்னை என் வீட்டில் வைத்துக் கொள்ள முடியாது" என்று ஒரு முறை எழுதினார். "நீ உனது விடுமுறையை எங்கே கழிக்கப் போகிறாய் என்பது பற்றியோ உனது வாழ்க்கை பற்றியோ எனக்கு அக்கறை இல்லை" என்று எழுதி இருந்தார்.

நேமகேயின் திருமணம் குறித்த கசப்பு அவனது சொந்த ஊரில் மட்டும் இல்லை. லாகோசில், வேலை செய்யும் அவனது ஊர்க்காரர்கள் அதை வேறுவிதமாகக் காண்பித்தனர். அவர்களது பெண்கள், கூட்டங்களில் நீனீயைக் கண்டுகொள்வதில்லை. ஆனால் நாளடைவில் நீனீ கசப்பை உடைத்துக் கொண்டு பலரிடம் நட்புறவு கூட கொள்ளத் தொடங்கி விட்டாள். அவர்கள் எல்லோரைக் காட்டிலும் அவள் தனது வீட்டைச் சிறப்பாக வைத்திருக்கிறாள் என்பதை அவர்கள் உணரத் தொடங்கி விட்டனர்.

ஊரிலுள்ள அனைவருக்கும் நேமகேயும் அவன் மனைவியும் மிக மகிழ்ச்சிகரமான தம்பதியர் என்பது பரவிவிட்டது. ஆனால் இது பற்றி ஒன்றுமறியாத ஒரு சிலரில் நேமகேயின் தந்தையும் ஒருவர். அவரது மகனின் பெயரை உச்சரித்தாலே அவருக்கு சினம் தோன்றும் என்பதால் அவர் எதிரில் அவனைப் பற்றிப் பேசுவதை அவர்கள் தவிர்த்தனர். மிகவும் முயற்சி செய்து அவர் அவனது மகனை அவரது மனதின் ஓரத்திற்குத் தள்ளி வைத்திருந்தார்.

ஒரு நாள் அவர் நீனீயிடமிருந்து கடிதம் ஒன்றைப் பெற்றார். அவரையும் மீறி அதை மேலோட்டமாகப் பார்க்கத் தொடங்கிய அவர், திடீரென்ற முகமாற்றத்துடன் கவனத்துடன் படிக்கத் தொடங்கினார்.

"... எங்களது இரண்டு மகன்களுக்கும், தங்களுக்கு ஒரு தாத்தா இருப்பதை அறிந்த நாள் தொட்டு தங்களை அவரிடம் கொண்டு

செல்லுமாறு வற்புறுத்தி வருகிறார்கள். நீங்கள் அவர்களைப் பார்க்க மாட்டீர்கள் என்பதைச் சொல்வது என்னால் இயலாததாக இருக்கிறது. அடுத்த மாத விடுமுறையில் ஒரு சிறு பொழுது அவர்களை நேமகே ஊருக்கு அழைத்து வர அனுமதிக்கவும், நான் லாகோசிலேயே இருந்து கொள்கிறேன்...”

அந்த நேரமே அந்த முதியவர் கட்டியிருந்த திடமான முடிவுகள் உடைந்து விழத்தொடங்கின. அவர் இதற்கு இடமளிக்கக் கூடாது என்று அவருக்குள்ளாகவே சொல்லிக் கொண்டார். எல்லா உணர்ச்சிகளையும் எதிர்த்து இதயத்தை இரும்பாக்கிக்கொள்ள நினைத்தார். அவர் ஜன்னலில் ஊன்றி வெளியே பார்த்தார்.

வானம் மேகம் மூடிக்கிடந்தது. புழுதியும், சருகும் வாரி இறைக்கும் காற்று வீசத் தொடங்கியது. மனிதனின் போராட்டத்தில் இயற்கையும் பங்குகொள்ளும் அபூர்வ கணங்களில் அதுவும் ஒன்று. அந்த ஆண்டின் முதல் மழை உடனே பொழியத் தொடங்கியது. இடியும், மின்னலும் பெரிய, கூரிய மழைத்துளிகளும் விழுந்து காலம் மாறுவதைக் காட்டின. ஒகேகே தனது இரண்டு பேரப்பிள்ளைகளைப் பற்றி நினைக்காமலிருக்க விரும்பினார். அவருக்குத் தெரியும், அவர் தோற்றுப்போகப்போகும் ஒரு சண்டையை இப்போது நிகழ்த்திக்கொண்டிருக்கிறார் என்று.

அவர் அவருக்குப் பிடித்தமான தெய்வப்பாடலைப் பாடத் தொடங்கினார். ஆனால் கூரை மீது விழுந்த மழைத்துளிகள் ஒலி எழுப்பி அதன் ராகத்தை உடைத்தன. அவர் மனம் உடனே பேரக்குழந்தைகளுக்குத் தாவியது. அவர்களுக்கு எதிராக அவர் எப்படிக் கதவை மூடமுடியும்? விநோதமான ஒரு மனோசக்தி கோபமான, கொடூரமான ஒரு பருவகாலத்தில் அவர்கள் சோகமாக, கைவிடப்பட்டு நிற்பதாகக் கற்பனை செய்ய வைத்தது.

அன்று இரவு அவர் தூங்கவேயில்லை - அவர்களுக்குக் கதவைத் திறந்துவிடாமலேயே இறந்துவிடுவோமோ என்கிற தெளிவற்ற ஒரு பயம் அவரை ஆட்கொண்டது.

★

ஆக்டோவியோ பாஸ் / மெக்சிகோ

மொழிபெயர்ப்பு என்ற கலை

ஒவ்வொரு வாசகமும் தனித்துவமானது அதே நேரத்தில் அது வேறொரு வாசகத்தின் ஒரு மொழிபெயர்ப்புமாகும். எந்த வாசகமும் முழுக்க முழுக்க அசலானதுமல்ல. ஏனெனில் மொழி என்பதே அடிப்படையில் ஒரு மொழிபெயர்ப்புதான். முதலாவதாக அது வார்த்தைகளற்ற உலகிலிருந்து மொழிபெயர்க்கிறது. பிறகு ஒவ்வொரு குறியீடும், ஒவ்வொரு வாக்கியமும் மற்றொரு குறியீட்டின் - மற்றொரு வாக்கியத்தின் மொழிபெயர்ப்பாகும். இதே வாதத்தைத் தலைகீழாக மாற்றி, அதன் எந்தவித வேகத்தையும் இழக்காமல், எல்லா வாசகங்களும் அசலானவைதான் என்றும் அடித்துச் சொல்லலாம். ஏனெனில் ஒவ்வொரு மொழிபெயர்ப்பும் வெவ்வேறுவிதமானது. ஓரளவுக்கு, ஒவ்வொரு மொழிபெயர்ப்பும் ஓர் அசலான கண்டுபிடிப்பு ஆகும். இந்த வகையில் அது ஒரு தனித்துவமான வாசகமாக அமைகிறது.

மூல வாசகம் எப்போதும் வேறொரு மொழியில் மறுபடி தோன்றுவதில்லை. அதே நேரத்தில், அது வேறொரு மொழியில் விளங்கித் தோன்றவும் செய்கிறது. ஏனெனில் மொழிபெயர்ப்பு அதிக அளவுக்கு வெளிப்படையாகச் சொல்லாவிட்டாலும் அது எப்போதும் மூலவாசகத்தைக் குறித்தே நிற்கிறது அல்லது அது தன்னிலிருந்து வேறுபட்ட ஒரு வார்த்தையைப் பொருளாக்குகிறது. இருப்பினும் அது

மூலவாசகத்தை ஒரு உருவகமாகவே திருப்பிச் சொல்கிறது. இது விளக்கிச் சொல்வதாகவோ அல்லது சுதந்திரமான மொழிபெயர்ப்பாகவோ இல்லாத, மிகச் சரியானதுடன் பொருத்தமற்றிராத, கண்டிப்பான வடிவம் ஆகும். உருவகம் ஒரு வார்த்தைச் சமன்பாடு.

கவிதை, மொழிபெயர்ப்புக்குத் தன்னை மிகக் குறைவாகவே கொடுக்கக்கூடிய ஒரு வடிவம் என்று எப்போதுமே கருதப்பட்டு வருகிறது. மேலை மொழிகளின் மிகச் சிறந்த கவிதைகளில் பல, மொழிபெயர்ப்புகளாகவே இருப்பதை நாம் நின்று யோசிக்கிற போது, இந்த வெறுப்பு திகைப்பாகிறது. இந்த மொழிபெயர்ப்புகளில் பல, மிகச் சிறந்த கவிஞர்களால் செய்யப்பட்டவை.

ஏன் நிறைய கவிஞர்கள் கவிதைகளை மொழிபெயர்க்க இயலாதவர்களாக இருக்கிறார்கள் என்பதின் காரணம் - ‘தான்’ எனும் சிந்தனைப்பிரிவு இங்கே உள் நுழைந்தாலும் கூட - வெறும் உளவியலின்பாற்பட்டது மட்டுமல்ல. ஆனால் இது இயக்க ரீதியானதும் ஆகும். கவிதை மொழிபெயர்ப்பு என்பது, தலைகீழாகச் செயல் படுத்தப்படுகிறது என்பதைத் தவிர மற்றபடி அது கவிதை படைப்பது போன்றதே ஆகும்.

உரைநடையில் சொல்லின் பொருள் ஒன்றாகவே இருக்கிறது. ஆனால், பலமுறை கவனிக்கப்பட்டது போல, கவிதையின் பண்புகளில் ஒன்றாக, அதன் தலையாய பண்புகளில் ஒன்றாக இருப்பது, ஒரு சொல்லின் பல்வேறு அர்த்தங்களை அது தக்கவைத்திருப்பது ஆகும். உண்மையில் இது பொதுவாகவே மொழியின் ஒரு பண்பு ஆகும். கவிதை இதனை அழுத்திச் சொல்கிறது. ஆனால் இதனை அன்றாடப் பேச்சு வழக்கிலும், உரைநடையிலும் கூடக் காணலாம்.

கவிஞன், சதா வருவதும், போவதுமாக இருக்கும் மொழியின் சூழலில் சிக்கிக்கொள்கிறபோது, சில சொற்களை அவன் தேர்ந்தெடுக்கிறான் அல்லது அவை அவனைத் தேர்ந்தெடுக்கின்றன. அவற்றை இணைத்து, அவன் அவனது கவிதையை உருவாக்குகிறான். பிறகு அது இடம் மாற்றி

அமைக்க முடியாத, அசைக்க முடியாத குறியீடுகளால் ஆன ஒரு வார்த்தைப் பொருளாகிவிடுகிறது.

மொழிபெயர்ப்பாளர் தொடங்க வேண்டிய இடம் இயங்கிக்கொண்டிருக்கும் மொழியல்ல. அது கவிஞனின் மூலப்பொருள். அவன் தொடங்கவேண்டிய இடம் கவிதையின் நிலையான மொழி. அது உறைந்துபோன மொழி; இருப்பினும் உயிர்த்துடிப்புள்ளது. அதன் செயல்பாடு கவிஞனின் செயல்பாட்டிற்குப் புதிருமானது. அவன் மாறும் குறியீடுகளைக் கொண்டு மாறாத ஒரு எழுத்தை உருவாக்குவதற்காக அழைக்கப்படவில்லை; அந்த எழுத்தைத் தனியாக எடுப்பதற்காக, குறியீடுகளை மீண்டும் இயங்கச் செய்து, அவற்றை மீண்டும் மொழிக்குத் திரும்பக் கொடுப்பதற்காக அவன் அழைக்கப்படுகிறான். இந்த நிலை வரையிலும் மொழிபெயர்ப்பாளனின் பணி, ஒரு வாசகனுடையதோ, விமர்சகனுடையதோ போன்றது ஆகும். ஏனெனில், ஒவ்வொரு படிப்பும் ஒரு மொழிபெயர்ப்பு. எல்லா விமர்சனமும், அர்த்தம் சொல்வதிலிருந்து தொடங்குகிறது.

படிப்பு, அதே மொழிக்குள்ளேயே மொழிபெயர்ப்பு ஆகும். விமர்சனம் ஒரு தளர்த்தப்பட்ட வடிவம். இன்னும் குறிப்பாகச் சொல்வதெனில், கவிதையை மாற்றி அமைப்பதாகும். ஒரு விமர்சகனுக்கு ஒரு கவிதை இடத்தை இன்னொரு வாசகத்துக்கு எகிறிக் குதித்து மாற்றுவது ஆகும். ஆனால் மொழிபெயர்ப்போ வேறொரு மொழியை மாறுபட்ட வேறு குறியீடுகளைப் பயன்படுத்தி, மூல கவிதையை ஒத்த வேறொரு கவிதையை உருவாக்குவது ஆகும்.

இந்த வகையில், இரண்டாம் கட்டத்தில், மொழிபெயர்ப்பாளனின் பணி, கவிஞனின் செயல்பாட்டுடன் ஒப்பிடக்கூடியது ஆகும். ஆனால் முக்கியமான வேறுபாடு என்னவெனில், கவிஞன் எழுதுகிறபோது அவன் கவிதை எந்த மாதிரி இருக்கப்போகிறது என்று அவனுக்கே தெரியாது. ஆனால் மொழிபெயர்ப்பாளன் மொழிபெயர்க்கிறபோது அவனது கவிதை, அவனுக்கு முன்னாலிருக்கும் கவிதையை மீண்டும் கொடுக்கவேண்டிய ஒன்றென்று தெரிந்திருக்கிறான்.

மொழிபெயர்ப்பும், படைப்பும் இரட்டைச் செயல்பாடுகள். பால்டெலேர் *(Bandelaire)* பவுண்டு *(Pound)* ஆகியோரது போல, படைப்பிலிருந்து மொழிபெயர்ப்பைப் பிரித்துக் காண்பது இயலாததாகும். மேலும் படைப்பு ரீதியாக ஒன்றின் மீது மற்றொன்றின் தொடர்ந்த பாதிப்பும், தொடர்ந்த கொடுக்கல் வாங்கலும் இருக்கிறது. மேலைநாட்டில், மாபெரும் கவிதைகளில் காலங்களின் முன்னோடியாக அல்லது உடனடியாகப் பல்வேறு கவிமரபுகள் இடையோடி இருக்கின்றன. இந்தச் சங்கமங்கள், சில நேரங்களில் ஒன்றைப் போலச் செய்தலாகவும், மற்ற நேரங்களில் மொழியெர்ப்புகளாகவும் வடிவெடுத்துள்ளன.

விமர்சகர்கள் பாதிப்புகளை ஆராய்கிறார்கள். ஆனால் இந்தச் சொல் நிலையான தன்மை அற்றதாகும். எல்லா நடைகளும் மொழியியல் ரீதியான பெயர்ப்புகள் ஆகும்.

நடைகள் ஒட்டுமொத்தமாக இருந்துகொண்டு, ஒரு மொழியிலிருந்து மற்றொன்றிற்கு மாறிச் செல்பவை. சொந்த மொழியின் மண்ணில் வேர்கொண்ட எழுத்து தனித்துவமானது. அவை தனித்துவமானவைதானே ஒழிய, தனித்திருப்பவை அல்ல. ஏனெனில் இவை ஒவ்வொன்றும் வெவ்வேறு மொழிகளில் இருக்கும் பிற படைப்புகளோடு உறவுடன் பிறந்து, வாழ்பவை.

ஒவ்வொரு காலகட்டத்திலும் ஐரோப்பிய கவிஞர்கள், அமெரிக்காவில் இருப்பவர்களையும் சேர்த்து அவர்களின் பல்வேறு மொழிகளில் ஒரே கவிதையை எழுதுகிறார்கள். இந்த ஒவ்வொரு எழுத்தும் இந்த வகையில் ஒரு மூலப்படைப்பாகவும், வேறுபட்ட கவிதையாகவும் இருக்கிறது.

இந்த ஒழுங்கமைதி, கச்சிதமானதாக இல்லாமல் இருக்கலாம். ஆனால் கொஞ்ச தூரம் விலகி நின்றோமென்றால் ஓர் இசைக் கச்சேரியின் இசைஞர்கள் தங்கள் இசைக் கருவிகளை ஓர் இசைக்கூட்டுத் தலைவரையோ அல்லது இசைக்குறிப்பையோ பின்பற்றாமல், இசைத்துக்கொண்டு ஓர் ஒருங்கிணைந்த படைப்பைச் செய்துகொண்டிருப்பதை நாம் கேட்டுக் கொண்டிருக்கிறோம் என்பதை உணரலாம். இதில் முன்னேறுவது என்பது மொழிபெயர்ப்பிலிருந்தும்,

கண்டுபிடிப்பு என்பது மற்றொன்றைப் போலச் செய்தல் என்பதிலிருந்தும் பிரிக்க முடியாததாகும். சில நேரங்களில் இவர்களில் ஓர் இளைஞர் உணர்ச்சி கொண்ட தனித்தொரு பாடலை இசைக்கிறார். மற்றவர்கள் அவரிடமிருந்து அதனைப் பெற்று, அதன் வெவ்வேறு வடிவங்களை அறிமுகப்படுத்திக் கொண்டே செல்கிறார்கள். இந்தப் புதிய படைப்புகளில் மூல பாணி தொலைந்து போகிறது.

ட்டியன் - ச்சியன் / சீனம்

இன்றைய விடியல்

கிழக்குக் காடு
விழித்தெழுவது
என் காதில் விழுகிறது

செத்துப்போன சூரியன்
பள்ளத்தாக்கின் நீளத்தில் ஊர்கிறது
அங்கே
என் பிரியமான கைதிகள்
தங்கள் அசிங்கமான தலைமுடிகளைக் கழுவிக் கொண்டு
விழி திறக்கிறார்கள்
இயற்கை இனிமையாகப் பாடுகிறது

உழவர்கள்
வறண்ட பூமியில்
பொன்னிற விதைகளைத் தூவுகிறார்கள்

ஒரு நிச்சயமான அழகு பிறந்து விட்டது
மக்கள் சத்தமிடுகிறார்கள்
“இன்று
எல்லாமே அசாதாரணமாக இருக்கின்றன”

★

மார்க்கோ அன்டோனியோ ஃப்ளோர்ஸ் / குவான்டிமாலா

ஹவானா

நிறைய பேச்சுகளினால்
சங்கிலிகள் தங்கள் குரலை இழந்தன

இரவு
விடியலின் முன் சரணடைந்தது

சாவு
தன் இரட்டை வாலுடன் ஓடிப்போனது

கொள்ளை நோய்
வாளைத் தனது தோளில் சாய்த்தபடி பறந்தது

கடிகாரங்கள்
அவற்றின் கண்களும், காதுகளும்
உரோமப் பாதுகாப்புகளும்
அல்லது
கறுப்புக் காலணிகளும் இன்றி விடப்பட்டன

பசி
தனக்கு சாட்சி சொல்ல ஆயிரக்கணக்கானவர்கள்
இல்லாமல் போயிற்று

திராட்சைத் தோட்டங்களின் சொந்தக்காரர்கள்
தங்களின்
கால்சட்டை இன்றி விடப்பட்டனர்
முதலாளியிடம்
இன்னமும் அவரது நிழல் இல்லை
இன்னமும்
அவரிடம் அவரது அடிமை இல்லை

★

லாவ் ஹ்சியாங் / சீனம்

பட்டிக்காட்டுப் பையன் பள்ளி செல்கிறான்

பட்டிக்காட்டில் இருக்கும் சிறுவனுக்கு எட்டு அல்லது ஒன்பது வயது ஆகிவிடுமானால் அவன், பெரியவர்கள் எவ்வளவு உபயோகமாக இருக்கிறார்களோ அதில் பாதிக்குப் பாதியாவது பயனுள்ளவனாக ஆகிவிடுகிறான். வசந்த காலத்தில் அவனால் களையெடுக்க முடியும் அல்லது வெயில் காலத்தில் அறுவடை செய்தவைகளைக் கட்டாகக் கட்ட முடியும். வீடு கட்டும்போது அவனால் செங்கல் கொண்டு செல்ல முடியும் - அல்லது நீர்ப்பாசன வசதிக்காக நீரைத் திறந்து விடவும், மூடவும் முடியும். இப்படி இருக்கும்போது அவனைப் பள்ளிக் கூடத்துக்கு அனுப்ப யார்தான் விரும்புவார்கள்? ஆனால் நகரத்தில் ஒரு அரசாங்க அறிக்கை கொடுக்கப்பட்டிருந்தது; ஆறு வயதிற்கு மேற்பட்ட ஒரு பையனைப் பள்ளிக்கு அனுப்பாவிட்டால் அவன் குடும்பத்தில் பெரியவர் ஒருவர் சிறையிலிடப்படுவார் என்பதுதான் அது. இப்படித்தான் நமது கதையின் பட்டிக்காட்டுச் சிறுவன் பள்ளிக் கூடத்திற்குச் சென்றான்.

முதல் நாள் அன்று பையன் எட்டுப் புத்தகங்களுடன் திரும்பி வந்தான். அவனது தாத்தா, பாட்டி, அப்பா, அம்மா ஆகிய அனைவரும் அவனைச் சூழ்ந்து நின்று புத்தகத்திலிருந்த படங்களை வேடிக்கை பார்த்தனர். தாத்தா சொன்னார்: "நமது நான்கு நூல்களும், ஐந்து காவியங்களும் இதுபோன்ற படங்களைக் கொண்டிருந்ததே இல்லை."

"நூல் நூற்கும் இந்தப் பெண்மணி கூட ஒரு வெளிநாட்டுக்காரிதான். நூல் நூற்பதற்கு நாம் நமது வலது கையைப் பயன்படுத்துகிறோம் ஆனால் இவள் தனது இடது கையைப் பயன்படுத்துகிறாள்."

"இது அவளை ஒரு வெளிநாட்டுக்காரியாகக் காட்டும் என்றால் இந்த வண்டிக்காரனும்தான் சீனாவைச் சேர்ந்தவன் அல்ல. எந்த சீன வண்டிக்காரனாவது தனது வண்டிக்குப் பக்கத்தில் இவ்வாறு நின்றிருப்பதை நீ பார்த்திருக்கிறாயா?" தாத்தா விமர்சித்தார்.

"இந்த நூல்கள் ஒரு டாலரும் இருபது சென்ட் விலையும் கொண்டவை என்று எனது ஆசிரியை சொன்னார்கள்." அவர்கள் நூல்களின் மீது காட்டிய ஆர்வத்தினால் உற்சாகமடைந்தவனாக பையன் உடனே சொன்னான். திடீரென்று இடி இடித்தது போன்று எல்லோரும் திகைத்துப் போனார்கள்.

பாட்டிதான் முதலில் பேசினாள்: "பையனைப் பள்ளிக்கு அனுப்பியதற்காக இந்த நூல்களின் விலையை நம்மைக் கொடுக்கச் சொல்லும் தைரியம் அவர்களுக்கு உண்டுதான். ஒருநாள் கூட முழுதாக இவன் பள்ளிக்குப் போகவில்லை. அதற்குள்ளாகவே ஒரு டாலர் செலவு வந்து விட்டது. இது போன்ற பள்ளிகளுக்கு அனுப்ப யாரிடம்தான் பணம் இருக்கிறது? ஓர் அரை ஆண்டு முழுவதும் விளக்கு ஏற்றாமல் மிச்சம் பிடித்தால் கூட இந்தப் பணத்தை நம்மால் சேர்க்க முடியாது. இவ்வளவு பணம் திரட்டுவதற்கு நாம் குறைந்தபட்சம் எட்டுப் படி சோளமாவது விற்றாக வேண்டும்.

"முதலில் தொடங்குவதற்கு ஒரு புத்தகம் போதுமென்று நான் நினைக்கிறேன். அதை முடித்த பிறகு அடுத்த புத்தகம் வாங்கிக் கொள்ளலாம்." தாத்தா சொன்னார்.

“அது மட்டுமல்ல. ஒரு பக்கத்தில் மூன்று அல்லது நான்கு எழுத்து மட்டுமே இருக்கும்போது அவர்கள் ஏன் அவ்வளவு விலை வைக்க வேண்டும்?” பாட்டி தொடர்ந்தாள்! “அரிச்சுவடியில் சிறிய, பெரிய எழுத்துகள் எல்லாம் இருக்கின்றன. ஆனால் அது ஐந்து பித்தளைக் காசுகள்தான். இது எப்படி ஒரு டாலருக்கு மேல் விற்கிறது?”

சில நிமிடங்களுக்கு முன்னர் அவர்கள் வியந்து பாராட்டிய அதே புத்தகம் இப்போது அவர்களது சோகத்துக்குக் காரணமாகி விட்டது. இந்தக் குடும்பம், சாப்பாட்டு நேரம், மாலையின் பிற்பகுதி முழுவதும் இந்தக் குழப்பத்தைப் பற்றியே பேசிக் கொண்டிருந்து விட்டு, இறுதியாக இதுவே முதல் தடவை என்பதால், இதை ஒத்துக்கொண்டு தேவைப்பட்ட பணத்தைக் கொடுத்து விட முடிவு செய்தது.

இந்தப் பணத்தை சரிசெய்ய, சிறுவனின் அம்மா அண்மையில் விற்ற கம்மலின் பணத்தைக் கொடுத்து விட வேண்டும். அப்பா ஒரு புனிதமான சொற்பொழிவாற்றினார்: “உனக்கு இப்போது ஒன்பது வயது ஆகிவிட்டது. இனியும் நீ சின்னப்பையன் அல்ல. உன்னை வேலை செய்யாமலிருக்கச் செய்கிறோம். எங்களால் சமாளிக்க முடியாவிட்டாலும் உன்னைப் பள்ளிக்கு அனுப்புகிறோம். எனவே நீ கடினமாகப் பிடித்து, ஏதாவது கற்றுக் கொள்ளாவிட்டால் நன்றி கெட்டவனாகிவிடுவாய்”

மறுநாள் அதிகாலையில், சிறுவன் அப்பா சொன்னதை மனதில் ஏற்றிக்கொண்டு பள்ளிக்குச் சென்றான். அவன் அங்கு சென்றபோது, பள்ளிக் காவல்காரர் மெதுவாகச் சொன்னார்.

“வகுப்பு ஒன்பது மணி வரை தொடங்காது. இப்போது ஐந்தரை மணிதான் ஆகிறது. வகுப்பு ஆசிரியர் தூங்கிக் கொண்டிருப்பார்.” வகுப்புகள் இன்னமும் பூட்டியே உள்ளன. நீ இப்போது வீட்டுக்குத் திரும்பிப் போய்விடுவது நல்லது.” சிறுவன் சுற்று முற்றும் பார்த்து, தான்தான் அங்கிருக்கும் ஒரே ஒரு மாணவன் என்று புரிந்து கொண்டான். ஆசிரியரின் ஜன்னலருகே செவி மடுத்தபோது ஆசிரியரின் குறட்டை ஒலி கேட்டது. வகுப்பு அறைகளைச் சுற்றிப் பார்த்த போது, அவை

பூட்டிக் கிடந்ததைப் பார்த்தான். வீட்டிற்குத் திரும்பி ஓடுவது தவிர வேறு வழியில்லை. தாத்தா திடீரென்று பையனைப் பார்த்தபோது அவர் தரையைப் பெருக்கிக் கொண்டு இருந்தார். துடைப்பத்தை வீசியெறிந்து விட்டு அவர் சொன்னார். “மண் வெட்டிக்காக இறைவன் படைத்த பையனைப் படிக்க வைப்பதினால் என்ன பயன்? இரண்டாவது நாளிலேயே அவன் விளையாடிக் கொண்டிருக்கிறான்.” பையன் விளக்கிச் சொல்லத் தொடங்கியபோது, அம்மா இரண்டு அறை கொடுத்து காலை உணவுக்காக அவனை அடுப்பு மூட்டச் சொல்லி விட்டாள். அவர்களது கோபத்திற்கு அந்தப் புத்தக விலையும் ஒரு காரணம்தான்.

அவன் காலை உணவை முடித்து விட்டுப் பள்ளிக்கு மீண்டும் சென்ற போது ஆசிரியர் மேடையில் நின்று, காலம் தாழ்த்தாமல் பள்ளிக்கு வருவது பற்றி சொல்லிக் கொண்டிருந்தார். இதை விளக்குவதற்காக, ஒரு பை நிறைய தங்கத்தைப் பக்கத்தில் வைத்துக் கொண்டு, முதல் முதலில் பள்ளிக்கு வரும் மாணவனுக்குக் கொடுப்பதற்காக காத்திருந்த தேவதை ஒன்றைப் பற்றிச் சொல்லிக்கொண்டிருந்தார். நமது பையன் ‘தேவதை’, ‘பை நிறைய தங்கம்’ போன்றவற்றினால் மகிழ்ச்சி அடைந்தாலும், ‘முதல் முதலில் வரும்’ எனும் சொற்கள் குறிப்பது என்னவென்று புரியாமல் இருந்தான். பிற்பகலில், நமது சிறிய கதாநாயகர், மூன்றரை மணி அளவில் அப்பா பகலில் ஒரு குட்டி தூக்கம் போட்டு விட்டு மீண்டும் வேலைக்குப் போகும்போது வந்தார். அதிர்ஷ்டவசமாக, சிறுவனின் அப்பா, பிற சிறுவர்களும் பள்ளியிலிருந்து வருவதைப் பார்த்தார். மேலும் அவனது ஆசிரியர் தனது பிரம்புடன் உலா வருகையில், பையன் விளையாடிக் கொண்டிருக்கவில்லை என்று முடிவாகச் சொன்னார். இந்த வெளிநாட்டுப் பள்ளிக்கூடங்கள் நடந்து கொள்ளும் விநோதமான வழிகள் என்னவென்றே அவரால் புரிந்துகொள்ள முடியவில்லை.

முதல் ஆறு நாள்கள், முதல் பாடத்தில் இருக்கும் ‘இதுதான் அம்மா’ எனும் வாக்கியத்துக்கே சரியாக இருந்தது. சிறுவன்

ஊக்கமுள்ளவன் அல்ல என்று நாம் சொல்ல முடியாது. பள்ளிக்கூடம் முடிந்த பிறகு, சிறுவன் பாடங்களை மீண்டும் மீண்டும் இரவிலிருந்து காலை வரை தினந்தோறும் 'இதுதான் அம்மா' என்ற பாடத்தைப் படித்தான். இடது கையினால் புத்தகத்தைப் பிடித்தபடி வலது கை எழுத்துகளைக் கூட்டிக்கொண்டு, அவன் மிகவும் உண்மையோடும், மனசாட்சி யோடும் படித்தான். அவன் அந்த எழுத்துகளின் மீது முழு கவனத்தையும் செலுத்தாவிட்டால், அவை பறந்து போய் விடுமோ என்று அஞ்சுவது போல படித்தான்.

ஒவ்வொரு முறையும் 'இதுதான் அம்மா' என்று அவன் படிக்கிற போதும் அவனது அம்மாவின் மனம் குதிக்கும். ஆறாவது நாள் அவளால் இந்தப் பாடத்தைச் சகிக்க முடியவில்லை. அந்தப் புத்தகத்தைப் பிடுங்கிக்கொண்டு அவள் சொன்னாள். "உன்னுடைய அம்மா யார் என்று நான் பார்க்கிறேன்." அவனுடைய அம்மா உண்மையிலேயே அந்தப் பாடத்தைப் படிக்க ஆர்வத்துடன் இருக்கிறாள் என்று நினைத்துக்கொண்டு அவன், அந்தப் பாடத்தைத் தொடர்ந்து படத்தில் தோல் சப்பாத்து, வெட்டப்பட்ட மூடி, நீளமான உடையுடன் இருந்த பெண்மணியை 'இதுதான் அம்மா' என்று காண்பித்தான். அதை ஒரு கணம் பார்த்தவுடன் அம்மா கதறி அழத் தொடங்கினாள். தாத்தா, பாட்டி, அப்பா ஆகிய அனைவரும் அவளுக்கு ஏதோ பேய் பிடித்துவிட்டது என்று பயந்தனர். என்ன செய்தி என்று அவர்கள் விசாரித்தபோது, அவளால் முதலில் ஒன்றுமே சொல்ல முடியவில்லை. அவர்கள் வற்புறுத்திக் கேட்டபோது அவள் சொன்னாள். "பையனுக்கு இந்தப் பரத்தையைப் போன்ற அம்மா எங்கிருந்து கிடைத்தாள்."

அவள் துயரத்தைக் கேள்விப்பட்ட பிறகு அப்பா சொன்னார்: "பையன் இது யாருடைய அம்மா என்று கேட்கட்டும். ஒருவேளை ஆசிரியரின் அம்மாவாக இருக்கலாம்."

மறுநாள் அதிகாலையிலேயே பையனின் அம்மா அவனை எழுப்பி, பள்ளிக்குச் சென்று இரவு முழுவதும் தன்னைத் தொல்லைப்படுத்திய இந்தப் பிரச்சினைக்குத் தீர்வு என்ன

என்று கேட்கச் செய்தாள். பள்ளிக்குச் சென்ற மறுநாள் ஞாயிற்றுக்கிழமை ஆகையால் பள்ளிக்கூடம் கிடையாது. பையன் அம்மாவிடம் நிலைமையைச் சொன்னபோது, அவள் இந்த ஞாயிற்றுக்கிழமை பள்ளியைச் சபித்தாள்.

திங்கள்கிழமை, பொது வகுப்பில் ஆசிரியர் மெதுவாகச் சொன்னார். “கற்றுக்கொள்ள வேண்டும் எனும் ஆசை கொண்டவர்கள் வினாக்களை எழுப்ப பயப்படக்கூடாது. எந்த வினா யாருக்கு எழுந்தாலும் அவர்கள் உடனே அதை வகுப்பு ஆசிரியரிடமோ அல்லது வீட்டில் பெற்றோரிடமோ கேட்டுவிட வேண்டும்.”

நமது கதாநாயகர் உடனே எழுந்தார். “பாடப்புத்தகத்தில் ‘இதுதான் அம்மா’ என்று போட்டு இருக்கிறது. உண்மையில் இது யாருடைய அம்மா?” முன்பைவிட இப்போது மேலும் மெதுவாக ஆசிரியர் சொன்னார். “இந்தப் புத்தகத்தை யார் படிக்கிறார்களோ அவர்களது அம்மாதான் இது. இப்போது உனக்கு இது புரிகிறதா?”

“இல்லை,” பையன் சொன்னான். இது ஆசிரியரைக் கொஞ்சம் சங்கடப்படுத்தியது. ஆனால் அவர் பொறுமையாகச் சொன்னார். “நீ ஏன் புரிந்துகொள்ள மாட்டேனென்கிறாய்?”

“மொட்டையும்கூட இந்தப் புத்தகத்தைப் படிக்கிறான். ஆனால் அவன் அம்மா இந்த பெண்மணியைப் போல் இல்லை”, என்று பையன் சொன்னான்.

“மொட்டையின் அம்மாவுக்கு ஒரு கை கிடையாது, மேலும் ஒரே ஒரு கண்தான்.” ஹசியாவோ லின் கூறினான்.

“எனக்கு அம்மாவே கிடையாது. அவள் எப்போதோ செத்துப் போய் விட்டாள்.” மொட்டை பதிலுக்குச் சொன்னான்.

“உங்களுக்குள்ளாகப் பேசிக் கொள்ளாதீர்கள்.” ஆசிரியர் கரும்பலகையின் மீது தட்டிக் கூறினார். “இன்று நாம் இரண்டாம் பாடம் படிக்கப் போகிறோம்,” ‘இதுதான் அப்பா’ எல்லோரும் பாருங்கள், கண்ணாடி அணிந்து, வகிடெடுத்த தலைமுடி கொண்ட மனிதன்.”

பள்ளி முடிந்த பிறகு, அது யாருடைய அம்மா என்று அறிந்து கொள்ள ஆசைப்பட்டாள் அம்மா. ஆனால் பையன் மீண்டும் 'இதுதான் அப்பா,' எனும் பாடத்தைத் தொடங்கியதும், அவளது பையனுக்குப் புதிய அப்பாவை அவள் எப்போது தேர்ந்தெடுத்தாள் என்று அப்பா கேட்பார் என்று அஞ்சி அந்த வினாவைத் தொடராமல் விட்டுவிட்டாள். முன்னரே அப்பா, அம்மா கொண்டிருக்கும் பிள்ளைகளுக்கு ஏன் இந்தப் பாடம் புதிய அப்பாக்களையும், அம்மாக்களையும் கொடுக்கிறது என்று குழம்பினாள்.

சில நாள் கழித்துப் பையன் இன்னும் இரண்டு வாக்கியங்களைக் கற்றான். 'காளை நெருப்பைப் பார்த்துக் கொள்ளும். குதிரை சேமியா சாப்பிடும். அவன் ஆயிரம் முறை படித்தாலும் அதில் ஏதோ குளறுபடி இருக்கிறது என்கிற எண்ணத்தை மாற்றிக் கொள்ளவே முடியவில்லை. அவர்களிடம் ஒரு காளையும், குதிரையும் உண்டு. அவற்றைப் புல் மேய்வதற்காக அவனே ஓட்டிச் சென்றிருக்கிறான். ஆனால் என்றைக்குமே ஒரு குதிரை சேமியா சாப்பிடுவதையோ, காளை நெருப்பைக் கவனித்துக் கொள்வதையோ அவன் கண்டதில்லை. ஆனால் பாடப்புத்தகம் தவறாக இருக்க முடியுமா? இறுதியாக அவன் ஆசிரியர் ஒரு வாரத்திற்கு முன்னர் கொடுத்த அறிவுரைக்குப் பணிந்து, அப்பாவிடம் இதுபற்றிக் கேட்டான். அப்பா சொன்னார்: "நகரத்தில் நான் ஒருமுறை வெளிநாட்டு சர்க்கஸ் ஒன்றுக்குச் சென்றேன். அதில் மணியை அடிக்கக் கூடிய, துப்பாக்கி சுடக்கூடிய குதிரையைப் பார்த்து இருக்கிறேன். ஒருவேளை இந்தப் புத்தகம் அதுபோன்ற குதிரை, காளை போன்றவை பற்றிப் பேசுகிறது போலும்."

பாட்டி அப்பாவின் விளக்கத்தை ஒத்துக்கொள்ளவில்லை. அவள் சொன்னாள். "அந்தக் காளை காளை முகம் கொண்ட அசுரனாக இருக்க வேண்டும். இவர்கள் அனைவரும் மனித உடை அணிவார்கள் என்று உனக்குத் தெரியாது? அவை இன்னமும் மனிதத் தலையை மாற்றிக்கொள்ளவில்லை. அதற்கு இன்னமும் ஐந்தாறு ஆண்டுகள் பிடிக்கும்." பிறகு

பாட்டி, காற்றை அதிகாரம் செய்யும், மழையை நினைத்தால் வரவழைக்கும் அசுரர்களைப் பற்றிய கதைகளைச் சொல்லத் தொடங்கிவிட்டாள். இதன் விளைவு பையன் இரவில் தன்னை ஒரு இறக்கை வைத்த ஓநாய் அசுரன் பிடித்துவிட்டதாகக் கனவுகண்டு அழுதான்.

மறுநாள் பையன் ஆசிரியரிடம் கேட்டான். "நெருப்பைக் கவனித்துக்கொள்ளும் இந்தக் காளை வெளிநாட்டுக் காளையா?"

ஆசிரியர் சிரித்துவிட்டுச் சொன்னார். "நீ எல்லாவற்றையும் அப்படியே எடுத்துக்கொள்கிறாய். காளைகள் உண்மையில் நெருப்பைக் கவனித்துக்கொள்ளும் என்பதோ, குதிரைகள் சேமியா தின்னும் என்பதோ உண்மையல்ல. புத்தகம் அவற்றை வெறுமனே இட்டுக் கட்டி இருக்கிறது."

பையனை இதுவரை குழப்பிய பல விஷயங்கள் ஒரேயடியாக பையனுக்குப் புரிந்துபோயிற்று. அவன் இதுவரையிலும் ரொட்டி பால், பூங்கா, பந்து போன்ற அவன் பார்த்திராத பலவற்றைப் பற்றிப் படித்து வியந்து இருந்தான். இட்டுக் கட்டும் விஷயங்களைத்தான் இந்தப் புத்தகம் சொல்கிறது என்று அவனுக்குப் புரிந்துபோயிற்று.

ஒருநாள் தேனீர் விருந்து எனும் தங்கள் புத்தகத்தில் படித்த விளையாட்டை விளையாடுவதாகப் பையனும், அவன் பள்ளி நண்பர்களும் முடிவு செய்தனர். ஒவ்வொருவரும் இருபது சென்ட் பணம் போட்டு நகரத்திலிருந்து ஆரஞ்சு, ஆப்பிள், சாக்லெட் போன்றவற்றை வாங்க முடிவு செய்தனர். ஆனால் இதற்காகப் பணம் கேட்பது என்பது உதை வாங்கிக் கொடுக்கும் என்று நமது பையனுக்குத் தெரியும். எழுதுவதற்கு ஒரு காகிதம் வாங்கினால் கூட பள்ளிக்கூடம் தங்களைத் திவாலாக்கிவிடும் என்று பாட்டி அடிக்கடி கூறி வந்தாள். ஆனால் தேனீர் விருந்து பற்றிப் புத்தகம் கொடுத்திருந்த கற்பனையால் அம்மாவின் நகையை விற்று, முட்டைக் கோசு நாற்று வாங்க வைத்திருந்த பணத்தைப் பயன்படுத்த முடிவு செய்தான்.

தாத்தா நீண்ட நாளாக இருமலினல் அவதிப்பட்டுக் கொண்டிருந்தார். ஆரஞ்சுப் பழத்தோல் இந்த இருமலைச் சரிசெய்யும் என்று யாரோ சொல்லி இருந்தார்கள். எனவே அவரும் ஆரஞ்சுப் பழத்தோல் எப்படி இருக்கும் என்றும், எங்கே கிடைக்கும் என்றும் கேட்டுக் கொண்டிருந்தார். தாத்தாவுக்காகப் பரிந்து பேசுவதைப் போல தனக்கு உதவி தேடிக்கொள்ளலாம் என்று பையன் சொன்னான்: 'நாங்கள் சில ஆரஞ்சுப் பழங்களை வாங்கப் போகிறோம்."

"ஆரஞ்சுப் பழத்தை எதற்காக வாங்குகிறீர்கள்?" என்று கேட்டார் தாத்தா.

"நாங்கள் ஒரு தேனீர் விருந்து வைக்கப்போகிறோம்" பையன் சொன்னான்.

"தேனீர் விருந்து என்றால் என்ன?"

"எல்லோரும் சேர்ந்து ஒன்றாகத் தின்பதும் தேனீர் அருந்துவதும் என்பதுதான் அதன் பொருள்." பையன் சொன்னான்: "இது புத்தகத்தில் இருக்கிறது."

"மிருகங்களைப் பேசவைப்பதும், மனிதர்களைச் சாப்பிடவும், தேனீர் குடிக்கவும் கற்றுக்கொடுக்கும் இது என்ன புத்தகம்? பையன்கள் பள்ளிக்குச் சென்றால் சோம்பேறிகளாகி விடுவதிலும், சாப்பிடுவதில் இதுதான் வேண்டும், அதுதான் வேண்டும் என்று கேட்பதிலும் ஆச்சரியமே இல்லை" என்று சொன்னார் தாத்தா.

"இது எப்போதுமே வெளிநாட்டு உணவு பற்றித்தான் இருக்கிறது. சோளக் குழம்பு பற்றியோ, பீன்ஸ் தயிரில் வெங்காயம் போட்டுக் கொள்வது பற்றியோ இருப்பதே இல்லை." தாத்தா சொன்னார்.

"மகனே, தாத்தாவின் இருமலுக்கு ஆரஞ்சுப் பழத்தோல் கொண்டுவர மறந்துவிடாதே" என்று சொன்னாள் அம்மா.

"ஆரஞ்சு வாங்க பணம் எங்கிருந்து வந்தது" என்று கேட்டார் அப்பா.

“அதுதான் அப்பா ஆசிரியர் வந்து...” பையன் முடிப்பதற்குள், பக்கத்து வீட்டில் வசித்து வந்த மொட்டை திடீரென்று கதறி அழத் தொடங்கினான். அவனது அப்பா சத்தம் கேட்டது. “உப்பு வாங்கக் கூட முடியவில்லை. உனக்கு இனிப்பு வாங்க வேண்டுமா?”

ஹசியாயோ லின்னின் மாமா மேற்குப் பக்கத்திலிருந்து கத்துவது கேட்டது. “உனது நல்லதுக்காக நான் உழைத்து சம்பாதித்த பணத்தைக் கொண்டு புத்தகம் வாங்கித் தருகிறேன். ஆனால் இனிப்பு வாங்க என்னிடம் பணம் இல்லை. உன்னைத் தேனீர் விருந்து வைக்கச் சொல்பவர்களிடமே நீ அதைக் கேள்.”

உண்மை வெளிப்பட்டுவிட்டது. பையனின் அப்பா ஒரு உதை கொடுத்தார். நல்ல வேளையாக ஒரு மேசை இடையில் குறுக்கிட்டது. இது மேசையை ஆட்டிவிட்டு, சில அரிசிப் பானைகளை உடைத்தது. தாத்தா பையனைப் பள்ளியிலிருந்து எடுத்துவிடுவது நல்லது என்று சொன்னார். ஆனால் பாட்டி தனது மகனைச் சிறைக்கு அனுப்பத் தயாராக இல்லை. நீண்ட விவாதங்களுக்குப் பிறகு, இன்னும் சில நாள் பையனைப் பள்ளிக்கு அனுப்ப முடிவாயிற்று.

இந்தக் கேவலத்துக்குப் பிறகு, நமது இளம் படிப்பாளி மேலும் அதிகமாகப் படித்து, குடும்பத்தில் தான் இழந்த செல்வாக்கை மீண்டும் பெறுவதாக சபதம் ஏற்றார். தினமும் இருட்டும் வரை, நிறுத்தாமல் மேலும், நன்றாகப் படித்தான். ஆனால் அவனது தொல்லைகளின் இருப்பிடம் அவனது பாடப் புத்தகம்தான் என்பது அவனுக்குத் தெரியவில்லை.

பாட்டி, தனது மகன் திருமணத்திற்கு முன்னால் இருந்த அளவுக்கு இப்போது நெருக்கமாக இருப்பதில்லை என்றும், குடும்பத்தில் தனக்கு இருந்த முக்கியத்துவம் மெல்ல நழுவுவதாகவும் உணரத் தொடங்கினாள். இப்போது பையன் உரக்கப் படிப்பதை அவள் செவிமடுத்தாள். “என் குடும்பத்தில் ஒரு அப்பா, ஒரு அம்மா, ஒரு சகோதரன், ஒரு சகோதரி ஆகியோர் உள்ளனர். இதில் தாத்தா, பாட்டி பற்றி எதுவுமே இல்லை.” அவள் மிகவும் கோபத்துடன் கத்தினாள். “எனவே இந்த வீடு முழுவதும்

உங்களுக்குத்தான். எனக்கு இடம் இல்லை.” அவள் கோபத்தில் ஒரு செங்கல்லை எடுத்து இரும்புப் பானையில் உடைத்தாள்.

“இனியும் நீங்கள் கோபப்பட வேண்டாம்.” பையனின் அப்பா சொன்னார். “இதுபோன்ற புத்தகத்தை நாம் இனிமேல் அவனைப் படிக்கவிட வேண்டியதில்லை. பதிலுக்கு நான் சிறைக்குச் செல்கிறேன்.”

எனவே மறுநாள் அப்பா ஒரு பகல் வேலைக்காரனை விடுவித்தார். பள்ளியில் ஆசிரியர், பையன் வரவில்லை என்பதைத் தனது பதிவேட்டில் குறித்தார்.

ஜேவியர் ஹெராடு / பெரு

இருட்டுக்கு இரங்கற்பா

அவர்கள் எங்களுக்கு
மகிழ்ச்சியைத் தருவதாக வாக்குறுதி அளித்தனர்
இன்னமும் எங்களுக்கு எதுவுமில்லை
மழை வரும்போது
சூரியனையும், செத்துப்போன கோதுமைப் பயிரையும் தவிர
எங்களுக்கு எதுவும் கிடைக்காதபோது
எதற்காக வாக்குறுதிகள்

அறுவடைக்குப் பிறகு
சோளத்தையும், கோதுமையையும்
மலர்களையும், பழங்களையும்
அவர்கள் எடுத்துக்கொள்ளப்போவதெனில்
மீண்டும் மீண்டும்
அறுவடைகள் எதற்காக?
மீதமுள்ள சிறுபகுதியைப்
பெற்றுக் கொள்வதற்காக
வாக்குறுதிகளையும், வேண்டுகோள்களையும்
நம்பி நாங்கள் காத்திருக்க விரும்பவில்லை

நாங்கள் மீண்டும்

தொடக்கத்திற்கே சென்று
அனைத்தையும் செய்யத் தொடங்கப் போகிறோம்.
திரும்பவும் மெதுவாக
வயல்களின் மீது மழையைப் பரப்பிக் கொண்டு வந்து
எங்கள் கரங்களாலேயே கோதுமையைப் பயிர் செய்து
எங்கள் முடிவில்லாத வாய்களின் மூலமாக
மீன்களை அறுவடை செய்யப் போகிறோம்.

ஓ மகிழ்ச்சியே,
எங்களுக்குச் சொந்தமில்லாத எதையும்
நாங்கள் எடுத்துக் கொள்ள விரும்பவில்லை.

மூழ்கிப் போனவர்களாகவே
வெற்றி பெறாதவர்களாகவே
இருப்பது நல்லது.

ஏனெனில்
நாம் இப்போது அனைத்தையும்
நம் கரங்களாலேயே செய்தாக வேண்டும்

மரங்களின் அடித்தண்டுகளைப் போல
நமது சொற்களைக் கட்ட வேண்டும்

யாசிக்க வேண்டியதில்லை
அழவேண்டியதில்லை

ஆனால் முடிவுகட்ட வேண்டும்

செத்துப் போன பூமிக்கு
உதைகளால் ஒரு முடிவுகட்ட வேண்டும்

★

மசிசி குனெனெ / தென் ஆப்பிரிக்கா

புதிய தலைமுறை

அந்த மாபெரும் கழுகு
கனவுகளிலிருந்து சிறகுகளை உயர்த்துகிறது.
இளமைக் காலத்தின் முட்டை ஓடுகள்
சிதறிக் கிடக்கின்றன.
காலையைத் தனது
பயங்கர விழிகளால் விழுங்கும்
ஏதோ உலகை இருளால் மூடிவிடப் போவது போல

அந்த அழகிய பறவை
தனது பிறந்த மரத்தின் பழைய இலைகளால்
அதன் கூட்டைக் கட்டுகிறது.

சிவப்புச் சிறகுகளால் அதை மூடுகிறது.
கோபத்தில்
உலகைக் கூழாக்கி விடப்போவது போல

ஒரு காலத்தில் கர்வம் கொண்ட இந்த கிரகம்
அச்சத்தால் நடுங்குகிறது

மறை புதிரான இளம் பறவைக்குப்
புதிய தலைமுறையின்
கருணையற்ற இந்த வேட்டைப் பறவைக்குப்
பரந்த இடத்தைத் திறந்து விடுகிறது

இந்தப் புதிய தலைமுறை
பொய்யான கண்ணீர்த்துளிகளால் தடைபடுவதில்லை
நெருப்பிற்கு அஞ்சுவதில்லை
இவர்கள்
இரும்பின் குழந்தைகள்
அச்சமற்ற இரவின் தேனீக்கள்
எரிமலைகளின் சினம்
இவர்கள்
தொல்பழம் முன்னோர்களின்
தொடர்ந்து வரும் கோபம்.

★

இந்திரன் / இந்தியா

மூன்றாம் உலகக் கலை இலக்கியம் ஒரு பார்வை

தொழில்நுட்பப் பண்பாடு எல்லா மூன்றாம் உலக நாடுகளிலும் நுழைந்து அந்நாடுகளின் கலை அடையாளங்களையே மாற்றிவிட்டிருக்கிறது

உதாரணமாக, மூன்றாம் உலகின் ஒரு அங்கமான தமிழகத்தை எடுத்துக் கொள்வோம். இன்று தமிழகத்தின் உள் கிராமங்களின் குடிசைகளில் கூட மண்பானைகளுக்குப் பதிலாக தொழில்நுட்பப் பொருளான பிளாஸ்டிக் பானைகள் குடியேறி விட்டன. இதனால் குயவன் தன் கைகளால் களிமண்ணைப் பிசைந்து சக்கரங்களில் வைத்துச் சுழற்றிப் படைக்கும் ஒரு படைப்பு ரீதியான மகிழ்ச்சியை, தொழில்நுட்பம் குயவனின் கைகளிலிருந்து பறித்துவிடுகிறது. இதனை ஈடுசெய்ய வேண்டுமானால் அவன் தனது பாரம்பரியக் கலையான சுடுமண் சிற்பங்களை செய்வதைப் புதுமலர்ச்சி அடையச் செய்ய வேண்டி இருக்கிறது.

மூன்றாம் உலக நாடுகளின் இலக்கியம் வாய்மொழி மரபுடன் ஒரு நெருக்கமான உறவுகொண்டிருந்த நிலை

மாறிவிடுகிறது. ஓவியமும், சிற்பமும் சாதாரண மக்களின் அன்றாட வாழ்க்கையுடன் பின்னிப்பிணைந்திருந்த நிலைக்கும் ஆபத்து நேர்ந்துள்ளது. ஆசிய, ஆப்பிரிக்க நாடுகளின் ஓவியன் மக்களிடமிருந்து அந்நியப்பட்டு வருகிறான். தொழில்நுட்ப நாகரிகம் புகுத்திய தனிமைக்கு இரையாகி வருகிறான்.

இதனால் இலக்கியமும், கலையும் மக்களிடமிருந்து பிரிந்து 'உயர்ந்த தரம்' என்ற பெயரில் உப்பரிகையில் சென்று அமர்ந்துகொள்கிறது. ஓவியர்கள் உள்நாட்டுப் பணக்காரர்கள், வெளிநாட்டுப் பயணிகள் ஆகியோரின் வரவேற்பறைகளில் மாட்டி வைக்கத் தகுந்த ஓவியங்கள் மட்டும் படைக்கத் தொடங்கி விடுகின்றனர். மேல்நாட்டு விமர்சகர்களின் பாராட்டைப் பெறுவது எதுவோ அதையே படைக்க வேண்டும் எனும் தாழ்வு மனப்பான்மைக்கு இவர்கள் இரையாகிவிட்டனர். இதனால் ஓவியர்கள், சிற்பிகள் ஆகியோரின் குரல் அடையாளம் திரிந்துபோன குரலாக மாறிவிடுகிறது.

இதிலிருந்து விடுபட்டு கலைஞர்கள் தங்களது அந்நியமாதலைத் தவிர்த்து தங்களது மண்ணுடன் ஒன்றிணைய வேண்டுமென்றால் ஒரே வழிதான் இருக்கிறது.

மூன்றாம் உலகின் கலையும், இலக்கியமும் தங்களது மண்ணின் பண்பாட்டு அடையாளங்களுடன் கூடிய படைப்பு முயற்சிகளில் ஈடுபட வேண்டும். இதனால் இந்நாடுகளில் அரசியல், சமூக, பொருளாதார விடுதலையும், கலையின் விடுதலையும் ஒருசேர நடந்தேறுகிறது.

இதனால்தான் ஆப்பிரிக்க ஓவியர் இபா என்டியே கூறுகிறார். "உண்மையான ஆப்பிரிக்க ஓவியம், இன்றைய ஆப்பிரிக்கர்களால், இன்றைய ஆப்பிரிக்கர்களுக்காகத் தீட்டப்பட வேண்டும்." இதனைப் பல்வேறு மூன்றாம் உலகக் கலை இலக்கியவாதிகளும் செயல்படுத்தி வெற்றி கண்டுள்ளனர்.

இந்தியாவின் ஜமினி ராய் கிராமிய ஓவிய மரபை மறு உயிர்ப்படையச் செய்தார். மெக்சிகோ ஓவியர் ரூபினோ டமாபேபாவின் வண்ண ஓவியங்கள் கிராபெக் கதைகளையும்,

மரபுகளையும் அடிப்படையாகக் கொண்டவை. கென்யாவின் இளம் ஓவியர் ஹெஸபான் ஓவிட்டியின் படைப்புகள் இத்திசையில் பயணப்படுகின்றன.

சீன இலக்கியவாதி லூசுன் ஒரு முறை குறிப்பிட்டார். “கலைக்கு உள்நாட்டு வண்ணம் இருக்க வேண்டும்.” சீனப் பெண் ஓவியர் காவோ ஜின்யில், அடிப்படையில் ஒரு வயதான ஒரு குடியானவப் பெண்தான். இவரது படைப்புகளுக்கும் கூட்டுப்பண்ணை உணர்வுகளுக்கும் நெருங்கிய தொடர்புண்டு. மற்றொரு சீன, பெண் ஓவியர் காவ் கியோவின் யாங்சி, பள்ளத்தாக்கில் மூலிகை சேகரிக்கும் பின்புலம் கொண்டவர். இவரது ஓவியங்கள் கறுப்பு வண்ணத்தைப் பின்புலமாகக் கொண்டு மலர்களையும், செடி, கொடிகளையும் அமைக்கும் மரபான அரக்கு வேலையிலிருந்து உத்வேகம் பெறுகின்றன.

எனவேதான் மூன்றாம் உலக இலக்கியம் இன்று அன்றாட, சாதாரணம் என்று உதாசீனப்படுத்தப்பட்ட வாழ்க்கையிலிருந்து தனது கருவையும், வடிவையும் தேர்ந்தெடுத்துக்கொள்கிறது. கலை தனது மரபான அன்றாட வாழ்வின் அங்கமாக இருந்த நிலைக்குத் திரும்புகிறது. தொட்டிலிலிருந்து கட்டில் வரை, சமையல் பாத்திரங்களிலிருந்து, வீடுகளின் கட்டடக்கலை வரை, அணிகலன்கள், ஆடைகள் அனைத்திலும் தங்களது தூரிகைப் படைப்பாற்றலின் முத்திரையைப் பதிக்கத் தொடங்கி விட்டனர். இதனாலேயே இந்த நூற்றாண்டில் மக்கள் கலைகள் குறித்த ஒரு புத்தெழுச்சி தோன்றியுள்ளது.

இப்படிக் கூறுவதால் தொழிலநுட்பப் பண்பாட்டை அப்படியே ஒதுக்கிவிடும் தவறைச் செய்துவிடக் கூடாது. இதுபற்றி இந்தியக் கலைஞர் முல்க்ராஜ் ஆனந்த் கூறுகிறார்:

“மேல்நாடு கீழ்நாடு என்று ஒன்றுக்கொன்று தொடர்பற்ற நிலையில் கலைகளை ஆய்வதை விடுத்து, பழைமையுடன் புதிய தொழில் வளர்ச்சி மோதி உருவாக்கிய பண்பாட்டின் நிலை என்ன என்பதை ஆய்வதே பயனுள்ளதாகும்.”

★

கியோரோபெட்சி க்கோசிட்சிலி / தென் ஆப்பிரிக்கா

மாண்டெலா

ஆமாம், மாண்டெலா
நாங்கள் முன்னேற்றப்படுவோம்
மனசாட்சியைக் கொண்டிருக்கும் அளவுக்கு
நாங்கள் மனிதர்கள்

உனது பாடலை அமரத்துவம் கொள்ளச் செய்யுமளவுக்கு
நாங்கள் மனிதர்கள்

உண்மையை முகத்துக்கு நேரே சந்திக்கும் அளவுக்கு
நாங்கள் மனிதர்கள்

கருப்பு சரக்கு கப்பல்களுக்காகவும்
மிக அதிகமான லாபங்களுக்காகவும்
மனித ஆன்மாவில் வாணிபம் நடத்திய
பேய்களை நிராகரிக்க...
நாங்கள்
நெருப்பின் பாடல் ஒன்றை மாவீரனுடன்
சேர்ந்து பாட எழுகிறோம்.

உண்மையைச் சங்கிலிகளால்
அடிமை கொள்ள முடியாது
என்பதை நிரூபிக்க நாங்கள் எழுகிறோம்
உண்மையை நரகத்தீவில்

சிறை வைக்க முடியாது
என்பதை நிரூபிக்க
நாங்கள் எழுகிறோம்

உண்மையை அதன் இரண்டு கால்களிலேயே
நிற்கச் செய்வதற்கு நாங்கள் எழுகிறோம்

பூமியின் முகத்துக்கு நேரே
மனிதநேயம் எனும் பதாகையை உயர்த்த
எங்கள் கவிஞர்களின் குரல்களோடு
ஒன்றிணைந்து பெருமையுடன் செல்கிறோம்
“மாற்றம் வரத்தான் போகிறது”

★

ஃபெங் ச்சிஹ் / சீனம்

தேடல்

நாள்தோறும் நாம்
பரிச்சயப்பட்ட பாதைகளையே தொடர்கிறோம்
நாம் வாழும் இடத்தை அடைவதற்காக
கானகத்துக்குள்
ஆழமான, தெளிவற்ற பாதைகள் பல
மறைந்திருந்தாலும் கூட
அந்நியமான ஒரு பாதையைப் பிடித்துவிட்டால்
வெடவெடக்கிறோம்

மென்மேலும் தொலைந்து விடுவோம் என்று
அஞ்சுகிறோம்

மரங்களின் மெலிதான திரைக்குப் பின்னால்
நம் வாழிடமான வீடு
தென்படுகிறவரையிலும்
அடிவானத்துக்கு அப்பால்
அண்மையில் கண்டுபிடிக்கப்பட்ட தீவைப் போல்

நமக்கு அருகிலும், நம்மைச் சுற்றிலும்
நிறைய விஷயங்கள்
நமது கண்டுபிடிப்புக்காகக் காத்திருக்கின்றன.

அவை நமக்குத் தெரிந்தவை என்றும்
பரிச்சயமானவை என்றும்
எப்போதும் நம்ப வேண்டாம்

ஏனெனில்
சாகும்போது ஒருவன்
தன்னுடைய சொந்தத்
தலைமுடியையும், தோலையுமே
தொட்டுப் பார்த்துக் கேட்க நேரிடலாம்;

"யாருடைய உடம்பு இது?"

★

ரஷீத் ஹுசைன் / பாலஸ்தீனம்

அன்பின் கண்டம்

நான் ஆசியாவிலிருந்து வந்தவன்
அதுதான்
அன்பு, ரத்தம் உணர்ச்சி ஆகியவற்றின் கண்டம்

ஓ கொழுந்து விட்டெறியும் நெருப்பே
நேற்று எங்களது
பசித்த, களைத்த, தள்ளப்பட்ட மக்களைப்
பார்க்க மறுத்த அதே நேரத்தில்
எங்களது அழகிய
செல்வங்களை மட்டுமே பார்த்த எஜமானர்களை
எதிர்த்துக் கொழுந்து விட்டெரியும்
ஓ நெருப்பே

இன்று
அவர்கள் ஆசியாவின் தன்மானத்தை
ஒப்புக் கொண்டுதான் தீர வேண்டும்.

★

சிடோர் சிட்டு மொரஸ் / சுபத்ரா

தெளிவான ஆறு

உனது உடம்பு
உறுதியாக, பரிச்சயமானதாக
எனது தொடுதலுக்கு மிருதுவானதாக

அது
தெளிவாக எழும் நினைவுகளினால்
முகம் பார்க்கும் கண்ணாடியை ஈரமாக்குகிறது
உள்ளுக்குள் நான் நனைந்த போதிலும்
வெளியே வறண்டு போயிருக்கிறேன்

நீண்ட நாளைக்குப் பிறகு
எனக்குத் தெரியும்
எதுவும் நகர்ந்துவிடவில்லை என்று
எல்லாமே மிகவும் வலியுடன், வீக்கமாக
கத்திப்பட்டு ரத்தம் உறைந்த காயம் போல
நான் கிழிந்து போயிருக்கிறேன்
விரிசல் விட்டிருக்கிறேன்
ஆசையின் வெப்பத்தில் ரத்தம் அடர்த்தியாகிறது.

★

உதவிய நூல்கள்

1. THE MENTOR BOOK OF MODERN ASIAN LITERATURE - EDITED BY: DOROTHY BLAIR SILIMER NEW AMERICAN LIBRARY, NEW YORK.

2. STARS IN THE SKY OF PALESTINE THE FOREIGN INFORMATION DEPT, P.L.O P.BOXNO. 145168, BEIRUT. LEBANON.

3. AN ANTHOLOGY OF COMMONWEALTH POETRY - EDITED BY: CD. NARASIMHAIAH MACMILLAN INDIA LTD., MADRAS.

4. THE HERITAGE OF AFRICAN POETRY - EDITED BY: ISIDORE OKPEWHO LONGMAN GROUP LTD., ENGLAND.

5. ASEAN - IDENTITY, DEVELOPMENT AND CULTURE - BY B.P. ANAND & V. QUISUMBING UNIVERSITY OF PHILIPINES LAW CENTRE & EAST, WEST CENTRE CULTURE LEARNING INSTITUTE. PHILIPINES.

6. ANTHOLOGY OF MODERN IDONESIAN POETRY - EDITED BY: BURTON RAFFEL UNIVERSITY OF CALIFORNIA PRESS, LOS ANGELS.

7. ASIAN-WESTERN WRITERS IN DIALOGUE - EDITED BY: GUY AMIRTHANAYAGAM THE MACMILLAN PRESS LTD., LONDON.

8. LOVE SONGS OF ASIA - BY POWYS MATHERS, PUSHKIN PRESS, LONDON.

9. LATIN AMERICAN REVOLUTIONARY POETRY - A BILINGUAL ANTHOLOGY EDITED BY: ROBERT MARQUEZ ONTHLY REVIEW PRESS NEWYORK.

10. CHINESE LITERATURE - SPRING 1989, AUTUMN 1984, WINTER 1989, SUMMER 1989 CHINESE LITERATURE PRESS BEIJING 37, CHINA.

11 A TREASURY OF MODERN ASIAN STORIES - EDITED BY: DANIEL L. MILTON AND WILLIAM CUFFORD NEW AMERICAN LIBRARY.

12 SPECTRUM - AN ANTHOLOGY OF SHORT STORIES - EDITED BY: SASHIKUMAR, PAUL GUNASHEKAR ORIENT LONGMAN LTD., BOMBAY.

13 THE WRETCHED OF THE EARTH - FRANZ FANON / PENGUIN BOOK.

14. WHAT IS HISTORY TODAY? - EDITED BY: SULIET GARDINER MACMILLAN EDUCATION, LONDON

15. TASKS AND MASKS - BY LEWIS NKOSI LONGMAN GROUP LTD., UK.

இந்திரன்

indran 48@gmail.com

தமிழ், ஆங்கில மொழிகளில் 40 ஆண்டுகளாக எழுதி வரும் இவர் சாகித்ய அகாடமியின் மொழிபெயர்ப்பு விருதினை (2011) பெற்றவர். 1948இல் புதுச்சேரியில் பிறந்தவர். பிரிட்டிஷ் கவுன்சிலினால் லண்டன் அருங்காட்சியகங்களில் இருக்கும் இந்தியக் கலைப் பொருட்களை ஆய்வு செய்வதற்கு அனுப்பப்பட்டவர். 2000ஆம் ஆண்டு தமிழக அரசு கன்னியாகுமரியில் திருவள்ளுவர் சிலை திறந்தபோது 133 நவீன ஓவியர்களின் மாபெரும் கண்காட்சி அமைத்தவர். SRM பல்கலைக் கழகத்தின் தமிழ்ப் பேராயத்தின் ஆனந்த குமாரசாமி கவின் கலை விருது பெற்றவர். A Dialogue with Painting - 30 (2008), The Sculptural Energy (2008) ஆகிய குறும்படங்கள் இயக்கியவர்.

இவரது நூல்கள் கலை விமர்சனம்: நவீன கலையின் புதிய எல்லைகள் - 1987, ரே: சினிமாவும் கலையும் -1989, தமிழ் அழகியல் - 1994, Man & Modern Myth - 1994, தற்கால கலை: அகமும் புறமும் - 1996, Taking His Art to Tribals - 1999, தேடலின் குரல்கள்: தமிழக தற்கால கலை வரலாறு - 2001, நவீன ஓவியம் - 2005, கலை - ஓவியம், சிற்பம் பற்றிய கட்டுரைகள் - 2010.

கவிதை: திருவடி மலர்கள் – 1972, Syllables of Silence –1982, அந்நியன் – 1982, முப்பட்டை நகரம் –1991, சாம்பல் வார்த்தைகள் – 1994, Acrylic Moon – 1996, Selected Poems of Indran – 2002, மின்துகள் பரப்பு – 2003, மிக அருகில் கடல் (2014)

மொழிபெயர்ப்பு: அறைக்குள் வந்த ஆப்பிரிக்க வானம் – 1982. காற்றுக்குத் திசை இல்லை – இந்திய இலக்கியம் – 1986, பசித்த தலைமுறை – மூன்றாம் உலக இலக்கியம் – 1994, பிணத்தை எரித்தே வெளிச்சம் – தலித் இலக்கியம் 1995, Kavithayana – Trilingual Collection of Oriya Poetry – 2002, கடவுளுக்கு முன் பிறந்தவர்கள் – ஆதிவாசி கவிதைகள் – 2003, மஞ்சள் வயலில் வெறி பிடித்த தும்பிகள் – ஒடிய கவிதை – 2003, பறவைகள் ஒருவேளை தூங்கிப் போயிருக்கலாம் – 2011

தொகுப்பு: இந்திரன்: கவிதை, ஓவியம், சிற்பம், சினிமா (2000), வேரும் விழுதும்: தற்கால மக்கள் பண்பாடு (2000), புதுச்சேரி: மனசில் கீறிய சித்திரங்கள் (2002)

நினைவுக் குறிப்புகள்: இந்திரன் காலம். ஓர் இலக்கிய சாட்சியம் (2008)

உரையாடல்: Man and Modern Myth: Indran with S.Chandrasekaran Eminent Artist from Singapore (2000), கவிதை அனுபவம்: இந்திரன் வ.ஐ.ச.ஜெயபாலன் (2004)

இதழாசிரியர்: வெளிச்சம் (1976), The Living Art-An Art Magazine (1992), நுண்கலை ஓவிய நுண்கலைக்குழுவின் கலை இதழ் (1999).

www.ingramcontent.com/pod-product-compliance
Ingram Content Group UK Ltd.
Pitfield, Milton Keynes, MK11 3LW, UK
UKHW042019190726
13854UKWH00005B/2357

9 789390 053667